மாயக்குடமுருட்டி
(காவியம்)

மாயக்குடமுருட்டி

(காவியம்)

ஆசை

எதிர்
வெளியீடு

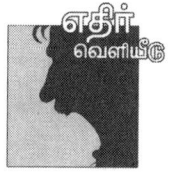

மாயக்குடமுருட்டி
(காவியம்)
ஆசை

முதல் பதிப்பு: ஜனவரி 2025

எதிர் வெளியீடு,
96, நியூ ஸ்கீம் ரோடு, பொள்ளாச்சி - 642 002
தொலைபேசி: 04259 - 226012, 99425 11302

விலை: ரூ. 350

Mayakkutamurutti
Asai

Copyright © Asai
First Edition: January 2025

Published by
Ethir Veliyeedu, 96, New Scheme Road, Pollachi - 2
email: ethirveliyedu@gmail.com
www. ethirveliyeedu.com

ISBN: 978-93-48598-82-0
Cover Design: Negizhan
Printed at Jothy Enterprises, Chennai.

All rights reserved. No part of this book may be reprinted or reproduced or utilised in any form or by any electronic, mechanical or other means, now known or hereafter invented, including Photocopying and recording, or in any information storage or retrieval system, without permission in writing from the Publisher.

ஆசை

1979இல் மன்னார்குடியில் பிறந்த ஆசையின் இயற்பெயர் ஆசைத்தம்பி. ஆங்கில இலக்கியம் பயின்றவர். கவிஞர், புனைகதை எழுத்தாளர், அகராதியியலர், பிரதிசெம்மையாக்குநர் (எடிட்டர்), பத்திரிகையாளர், சிறார் இலக்கிய எழுத்தாளர், மொழிபெயர்ப்பாளர் என்று பல பரிமாணங்களைக் கொண்டவர். 2003–லிருந்து 2013 வரை 'க்ரியா' பதிப்பகத்தில் பணியாற்றிய இவர் 'இந்து தமிழ்' நாளிதழின் நடுப்பக்க ஒருங்கிணைப்பாளராக பணியாற்றியிருக்கிறார்.

'க்ரியாவின் தற்காலத் தமிழ் அகராதி' (விரிவாக்கப்பட்ட பதிப்பு, 2008), தமிழ் வினைச்சொற்களின் வடிவங்களுக்கான 'A Handbook of Tamil Verbal Conjugation' (2009) என்ற பெருநூல் ஆகியவற்றின் துணை ஆசிரியராகவும் ஆசை பணியாற்றியிருக்கிறார். சமூகம், இலக்கியம், வரலாறு, அறிவியல், சுற்றுச்சூழல், திரைப்படம் போன்றவை தொடர்பாக 'இந்து தமிழ்' நாளிதழில் ஆசை தொடர்ந்து நூற்றுக்கணக்கான கட்டுரைகள் எழுதியிருக்கிறார். 'இந்து தமிழ்' நாளிதழுக்காக 'தி இந்து' (ஆங்கிலம்), 'தி கார்டியன்', 'தி நியூயார்க் டைம்ஸ்' போன்ற இதழ்களிலிருந்து நூற்றுக்கணக்கான கட்டுரைகளை மொழிபெயர்த்திருக்கிறார். தற்போது 'சங்கர் ஐ.ஏ.எஸ். அகாடமி'யின் பதிப்புப் பிரிவில் எடிட்டராகப் பணியாற்றுகிறார்.

இவருடைய வலைப்பூ: writerasai.blogspot.com
மின்னஞ்சல் முகவரி: asaidp@gmail.com

ஆசையின் பிற நூல்கள்

கவிதை:

சித்து (2006), கொண்டலாத்தி (2010), அண்டங்காளி (2021),
குவாண்டம் செல்ஃபி (2021)

மொழிபெயர்ப்பு:

ருபாயியத், ஓமர் கய்யாம் (2010),
(தங்க.ஜெயராமனுடன் இணைந்து மொழிபெயர்த்தது)

அமைதி என்பது நாமே, திக் நியட் ஹான் (2018)

பிற:

பறவைகள்: அறிமுகக் கையேடு (2013),
(ப.ஜெகநாதனுடன் இணைந்து எழுதியது)

என்றும் காந்தி (2019)

இந்தப் பிரபஞ்சமே பேபல் நூலகம்தான் (2022)

விருதுகள்:

பபாசி வழங்கிய ‘கலைஞர் பொற்கிழி விருது’–2022
(கவிதைக்காக)

சென்னை லிட்டரெரி ஃபெஸ்டிவல் 2014ன் ‘எமெர்ஜிங் லிட்டரெரி ஐகான்–2014’

சமயபுரம் எஸ்.ஆர்.வி. பள்ளி வழங்கிய ‘படைப்பூக்க விருது’–2023

நன்றி

மாயக்குடமுருட்டி எழுதுவதற்கு முன்னும் சரி எழுதிக்கொண்டிருக்கும் போதும் சரி எனக்கு மிகப் பெரிய தகவல் களஞ்சியமாகத் திகழ்ந்தவர் எனது பேராசிரியர் தங்க. ஜெயராமன். ஒரு இணை பயணியாகவே இந்தத் தொடர் முழுவதும் வந்தவர் அவர். அவருக்கு என் மனமார்ந்த நன்றி!

முதலில் குறுங்காவியமாக எழுதி தினமணி சிவக்குமாருக்கும், இளங்கவிஞர் பெரு. விஷ்ணுகுமாருக்கும் அனுப்பினேன். அப்போது அவர்கள் அளித்த ஊக்கம் எனக்கு மிகவும் உற்சாகமாக இருந்தது. அவர்கள் இருவருக்கும் என் மனமார்ந்த நன்றி! குறிப்பாக குறுங்காவியத்தைப் படித்துவிட்டு "டேய் இது அப்படியே நிற்காது. நீ தொடர்ந்து எழுதுவே பாரேன்" என்று கூறியவர் தினமணி சிவக்குமார். அவர் தொலைபேசியை வைத்த அடுத்த கணமே அடுத்தடுத்த அத்தியாயங்களை எழுத ஆரம்பித்துவிட்டேன்.

'மாயக்குடமுருட்டி'யை முழுவதும் முடித்த பிறகு மதிப்புக்கும் அன்புக்கும் உரிய எழுத்தாளர்கள் பெருந்தேவி, கண்டராதித்தன், தூயன், பொன்முகலி, வே.நி. சூர்யா, முத்துராசா குமார் ஆகியோருக்கு அனுப்பினேன். இவர்கள் அனைவரும் சிரத்தையுடன் படித்து விரிவான கருத்துகளைக் கூறினார்கள். இவர்கள் அனைவருக்கும் மனமார்ந்த நன்றி!

மாயக்குடமுருட்டி வெளிவந்துகொண்டிருந்த சமயத்தில் அதன் ஆரம்பப் படலங்களைப் படித்துவிட்டு அதன் ப்ரமோஷனுக்காக எனக்கு வாழ்த்து வழங்கிய இந்தியவியல் அறிஞர் டேவிட் ஷுல்மன், சூழலியல் ஆளுமை தியடோர் பாஸ்கரன், கவிஞர் அபி ஆகிய மூவருக்கும் மனமார்ந்த நன்றி! நண்பர் ஆர். அபிலாஷ் கொடுத்த ஊக்கமும் முக்கியமானது. அவருக்கு மனமார்ந்த நன்றி!

மிகவும் பரபரப்பாக ஆகிவிட்ட இணையச் சூழலில் ஒரு கவிதைத் தொடரை யார் படிப்பார்கள் என்று நினைத்தேன். ஆனால்,

‘அருஞ்சொல்’ மின்னிதழில் அது வந்தபோது என் நினைப்பு பொய்யானது. ஆயிரக் கணக்கானோர் இந்தத் தொடரைப் படித்திருக்கிறார்கள் என்பதை அறிந்துகொள்ள முடிந்தது. ‘அருஞ்சொல்’ இதழின் முன்னாள் ஆசிரியர் சமஸுக்கும் தொடரை என்னுடன் ஒருங்கிணைத்து வாராவாரம் சிறப்பாக வெளியிட்ட தம்பி சிவசங்கருக்கும் மனமார்ந்த நன்றி!

வடுவூரின் மாதவன், மலர்மன்னன், மன்னார்குடியின் தாமஸ் போன்று பலரும் சிறுசிறு தகவல்களைத் தந்து உதவியிருக்கிறார்கள். அவர்களுக்கும் நன்றி!

தொடராக வெளிவந்தபோது ஓவியம் வரைந்த ஜோ.விஜயகுமார், இரா. தியானேஸ்வரன் ஆகியோருக்கு நன்றி!

இந்த நூலை அழகுற வெளியிடும் எதிர் பதிப்பகத்தின் அனுஷுக்கும் அழகிய முகப்பை வடிவமைத்துத் தந்த நெகிழனுக்கும் மனமார்ந்த நன்றி!

24-09-24

ஆசை
கொரட்டூர்

1. குடமுருட்டியின் ஆகாசம்

ஒருத்தனை மூவுலகொடு தேவர்க்கும்
அருத்தனை அடியேன் மனத்துள்ளமர்
கருத்தனைக் கடுவாய்ப் புனலாடிய
திருத்தனைப் புத்தூர் சென்றுகண்டுய்ந்தேனே.

–திருநாவுக்கரசர்

1. தனியுருட்டி

சிறுவனாய்க் குளிக்கப் போன
அப்பாவை
இழுத்துச் சுருட்டி
உருட்டிக்கொண்டு போனதாம்
குடமுருட்டி[1]

மலங்கழித்துக் கொண்டிருந்த
யாரோ
மாக்கடியென்று குதித்து
முடி பற்றிக்
கரையிழுத்துப் போட்டாராம்

அன்று
இன்னொரு குடமுருட்டி
ஓட ஆரம்பித்தது

2. மலத்தின் பாதை

அந்த யாரோ
அந்த யாரோ
இந்தக் கரையிலா
அந்தக் கரையிலா

எழுபது
ஆண்டுகள்
கழிந்திருக்கும்
எனினும்
உயிர் பற்றி
இன்னும்
இழுக்கிறது
அவர் கை
நெடுங்காலம் கடந்தும்
நடுங்கலையே தருகிறது
அப்பற்றல்

கரைக்கும்
நீருக்கும் இடையில்
உயிர்க்கோட்டினை இழுக்கும்
இடைவிடாத பதற்றம்
அது

என் உயிர்
என்பது ஒன்றுமில்லை
யாரோ ஒருவரின்
மலங்கழிக்கும் உந்துதல்தான்

அவ்வுந்துதலின்
கரைகளில்
பயணிக்கிறேன்
பயணிக்கிறேன்

பயணித்து வந்த இடம்
தன் பாதி வழியில்
குடமுருட்டி
பெயரிழக்குமிடம்

இனி குடமுருட்டி
இல்லை
சோழசூடாமணியாய்
புதாறாய்க் கிளைத்து
அவள் தன் உருட்டை
இழக்கிறாள்

நான் இருக்கிறேன்
குடமுருட்டியே
உன் பெயர் நீள
பாய்வு நீள

3. தண்ணீரும் காவிரியே

காவிரியின் நற்பேறு
காவிரிக்கு மட்டும்தான்
அவள் பிள்ளைகளுக்கல்ல

காவிரி கடைசி வரைக்கும்
காவிரிதான்
அவள் கரையெல்லாம்
காவிரிதான்
ஊற்றெல்லாம்
காவிரிதான்
தொட்டித் தண்ணீரும்
காவிரிதான்

தண்ணீரெல்லாம்
காவிரிதான்
பாதி வழியில்
மறையும் குழந்தைகள்
முக்கால் வழியில் கரையும்
குழந்தைகள்
இருவர் ஒருவராய்
மாறும் குழந்தைகள்
உண்டு உனக்கு

நீயோ
அத்தனை பிள்ளைகள்
பெற்றுப் போட்டும்
இளைக்காமல் சளைக்காமல்
யவ்வன நடை
நடந்தாய்
வாழி காவிரி

காவிரியின் நற்பேறு
காவிரிக்கு மட்டும்தான்
அவள் பிள்ளைகளுக்கல்ல

4. இடைவு

குடமுருட்டி

மலையில் தொடங்கவில்லை
கடலில் முடியவில்லை
இடையில் இருப்பவள் மட்டுமே
நீ

இடைவின் புதைகுழியிலிருந்து
பூப்பறிக்கிறது
ஒரு கை

பூப்பூவாய்ப்
பூக்கிறது

5. சுழிவு

உன் தூரத்துச் சகோதரி
பாமணியாற்றங் கரையில்தான்[2]
என் வீடு

உன் பெயரும்
உன்னைப் பற்றிய
கதைகளும்
அப்பாவின்
வாயிலிருந்து
அடிக்கடி உருளும்

நீரள்ள வரும்
பெண்களின் குடங்களை
உருட்டிக்கொண்டு
போய்விடுவாயாமே
நீ சுழித்தோடும் பரப்பே
குடம் பல மூழ்கிச்
சுழன்றோடுவது
போல் இருக்குமாமே

பிணங்களின் பிட்டம் மட்டும்
வெளித்தெரிய
குடம் கவிழ்த்தாற்போல்
சுற்றிச் செல்லுமாமே

என் அப்பாவையும்
குடமென்று
நினைத்தாயோ

நீரை நிரப்பியிருப்பாய்
அதற்குள்
வாழ்வை நிரப்பியொரு கை
இழுத்துப் போட்டதென்று
உனக்கு
இன்னும் வருத்தமா

இதோ நான் நிற்கிறேன்
இழுத்து நிரப்பிக்கொள்
என்னை
எப்படி நீ
குடமாக்குவாய் என்று
பார்க்க வேண்டும் நான்

6. தைலதாரை

குறையாக் குடத்துக்கும்
நிறையாக் குடத்துக்கும்
தீரா துவந்தம்

துவந்தத்தின் மேல்
பாலம் கட்டி
பாலத்தின் நடுவிலிருந்து
இரு புறமும்
ஒரே சமயம்
உருள்கிறது
உடையாக் குடம்

வாழ்வின் தளும்பலோசை

7. 'கெர்ப்பப்பை'

'என்ன கண்ணு பாக்குற
அது அம்மா
கும்பிட்டுக்கோ
'பொறப்பெடுத்த எத்தனையோ பேர
மறுபடியும் தன் வயித்து சிசுவாக்கிக்க
ஆசைப்படுற
அம்மா
'அதோட ஒவ்வொரு சுழலும்
அதோட கெர்ப்பப்பை
மொட்டு மொட்டாப்
பூத்து வரும்
புள்ளை கிடைச்சா
வாரிச் சுருட்டிக்கும்
'அவளோட கெர்ப்பப்பை வாசம்
இருக்குற
குழந்தைங்கதான்
அவளைப் பாக்க
வருவாங்க
அதான் நீ வந்திருக்க

'கும்பிட்டுக்கோ ஐயா
ராசவடுவு'

8. மூழ்குவேனென்று நினைத்தாயோ

நீ யார் பாட்டி
உன் பெயர் என்ன
மாயக்குடமுருட்டியா
கரைக்கே வந்துவிட்டாயா
கைப்பிடித்துக்
கூட்டிச்சென்றிடுவாயா

வேண்டாம் பாட்டி
உன் கைக்கும்
அன்று முடி பிடித்த கைக்கும்
இடையே நான்
ஓடிக்கொண்டிருக்கிறேன்
எனக்கே வாய்த்த
சிறு நிரந்தரத்தில்

நானும்
சோழசூடாமணியாய்
புதாறாய்
என் பாதி வழியில்
பெயரிழக்கும் தருணம் வரை
ஓடிக்கொண்டிருந்துவிட்டுப்
போகிறேன்

குடமுருட்டியில்
மூழ்க அல்ல
குடமுருட்டி
ஆக வந்தவன் நான்

அப்படியே ஆகட்டும்
என் வாழ்வு

9. சவாரி

வெளிப்படுத்தாமல்
அமுக்கி வைத்த சுழிப்புகள்
எத்தனையோ
என்னிடம்
கையளித்துச் சென்றுவிட்டார்
அப்பா

அவற்றுள்
ஒன்றிரண்டாவது
குமிழியிட்டுப் பின்
குழந்தைகளுக்கு
விட்டுச்செல்வேன்

குடமுருட்டிச் சவாரி
அவர்களுக்கானது

எங்களைச் சிறைவைக்க நினைத்த
கருப்பைகளைக் குதிரையாக்கித்
தட்டிப் புழுதி பறக்க
ஓட்டிச்செல்வார்கள்
அவர்கள்

10. பாமணியாறு

அன்று ஆற்றங்கரையில்
வீடிருந்த காலம் தொட்டு
இன்று கடற்கரையில் வீடிருக்கும்
காலம் வரை
நீச்சலறியாக் குழந்தை நான்
இது தூரத்துக்
குடமுருட்டியின்
இழுப்பன்றி வேறென்ன

பத்து முறை மூழ்கியும்
ஒவ்வொரு முறையும்
வந்துவிடுகிறது
ஒரு கை

பாமணியாறு நீயல்ல
அதற்குக் குடங்களை உருட்டிப்
பழக்கமில்லை
அடித்து ஆழத்தில் முக்கும்
இல்லையேல்
விலக்கிக் கரைமேல்
போடும்

இந்த
இரண்டுக்கும் நடுவே

ஒரு கதவு திறந்து
ஒரு பாதை தெரிய
ஒவ்வொரு முறையும்
கேட்டிருக்கிறேன்
உன் தீனமான குரலை

அதற்குள்
இழுத்துக் கரையில் போடப்பட்டு
அரைமயக்கத்தில் கிடந்தாலும்
நான் வியந்துகொண்டிருந்தது
எல்லா ஆறுக்குள்ளிருந்தும்
எல்லா நீருக்குள்ளிருந்தும்
நீளும் உன் பாதை பற்றித்தான்

11. குறுநண்டுச் சிரிப்பு

குடமுருட்டி

மேலும் மேலும்
நீச்சலின்மையைக் கற்றுக்கொடுக்க
உன் தூரத்துச் சூழ்ச்சியை இன்றுவரை
உணர்கிறேன்

வங்கக் கடல் அழைக்கிறது
கால்பிடித்து இழுக்கிறது
அலைவிலகி நீர்வடிய
தரைப்பரப்பில்
குடம்குடமாய் நீர்மொட்டுகள்
உனைக் காட்டி
வெடித்து மறையும்

மொட்டிருந்த தரையெல்லாம்
குறுநண்டுகள்
குப்பென்று பூத்து
வெளியோடும்

12. ஆகாசம்

குடம்
குடமுருட்டி
குடா
குடாகாசம்

ஆகாசம்
மாபெரும் குடமுருட்டி
கூத்தாடிக் கூத்தாடி
ஆகாசம்
போட்டுடைப்பேன்டி

குறிப்புகள்:

1. குடமுருட்டி: இந்த ஆறு திருக்காட்டுப்பள்ளியில் காவிரியிலிருந்து பிரிகிறது. பழந்தமிழில் இதற்கு 'கடுவாய்' என்று பெயர். திருநாவுக்கரசர் 'திருக்கடுவாய்க்கரைப் புத்தூர்' பதிகமே பாடியிருக்கிறார். குடவாயில் அருகேயுள்ள கீழ விடையல் என்ற ஊரில் சோழசூடாமணி ஆறு, புதாறு என்று குடமுருட்டி இரண்டாகப் பிரிகிறது. அந்த ஊர் தி.ஜானகிராமனின் சொந்த ஊர் என்பது சிறப்பு.

2. பாமணியாறு: நீடாமங்கலம் அருகே மூணாற்றுத் தலைப்பு என்ற இடத்தில் வெண்ணாறு மூன்று ஆறுகளாகக் கிளைக்கிறது. அவை: வெண்ணாறு, கோரையாறு, பாமணியாறு. பாமணியாறு மன்னார்குடி வழியாக ஓடிக் கோரையாற்றுடன் சேர்ந்து முத்துப்பேட்டையில் கடலில் கலக்கிறது. 'இருவர் ஒருவராய் மாறும் குழந்தைகள்' என்ற வரி இதையே குறிக்கிறது.

2. அவட்டை

1. பாவம் அவட்டை

பாப்பா[1] சொன்னாள்:
அப்போது
நிறைமாதக் கர்ப்பிணி
நான்

பாதி இரவு
வயிறு முட்ட
கொல்லைக் கதவு திறந்தபோதுதான்
இருட்டிலும்
தெளிவாகக் கண்டேன்
அதை

தென்னை மரத்தடியில்
நடுங்கிக்கொண்டு
ஏதோ பாவப்பட்ட ஜீவன்போல்
நிற்கும் இடுப்புயர அவட்டை

பாப்பா சொன்னாள்:
அதன் கண்கள் பார்த்தது
என் கண்களையல்ல
நேரடியாக
என் வயிற்றுக்குள்ளே
அய்யோ
உன் அண்ணனின் பார்வையை

வயிற்றுக்குள்ளேயே
அதனைத்
திறக்கும் பார்வை அது

பாப்பா சொன்னாள்:
குலுங்கிக் குலுங்கி
வயிற்றுள் விழுந்தான்
குழந்தை

அங்கேயே
ஒன்றுக்குப் போய்விட்டேன்
நிமிர்ந்து பார்த்தேன்
அங்கே
அவட்டையில்லை

பாப்பா சொன்னாள்:
உன் அண்ணன்
அப்போது இறக்கவில்லை
பிறந்து ஒரு நாள் மட்டும்
இருந்துவிட்டுத்
தன் குண்டு விழிகளால்
உலகைக் கொத்திக் கொத்திக்
கொறித்துவிட்டு
அடங்கிவிட்டான்

பாப்பா சொன்னாள்:
அவட்டையின்
அந்தப் பார்வை
அவனுக்கு
இவ்வுலகை விழுங்குவதற்கான
ஒரே ஒரு நாள் அனுமதிபோல

பாப்பா சொன்னாள்:
உலகைக் கொறித்த
அந்தப் பார்வை அவனுடையதல்ல
அவட்டையுடையது

2. வழக்கொழிந்த பேய்

அவட்டை
அகராதிகளில் இல்லாத பேய்
வழக்கொழிந்த பேய்
வாழாமலேயே கெட்ட பேய்
தொல்நினைவாகவே
தோன்றி
தொல்நினைவாகவே
மறைந்த பேய்

திட்டவட்டமற்ற பேய்
பாப்பாவுக்குச் சொல்லத் தெரியவில்லை
அதன் பார்வை மட்டும்
அங்கேயே இருக்க
அந்தப் பார்வை தன்னைச் சுற்றியுள்ள
தன் உருவத்தை அழிரப்பர் வைத்து
மங்கலாக அழித்துக்கொண்டதுபோல

அந்த மங்கலிலிருந்து
ஏதாவது எடுத்துத் தா பாப்பா
என்று கேட்டேன்
வழக்கொழிந்த பேயை
மீட்டுவிடும் தவிப்பில்

திரும்பத் திரும்பப்
பாப்பா நினைவுகூர்ந்தது
அதன் பார்வையையே

சற்றே இன்னும் கூர்ந்து கூர்ந்து
அதன் நடுக்கத்தையும் சொன்னாள்
ஆந்தைப் பார்வை என்றாள்

அவட்டை
அவட்டை
ஆந்தைக்கும்
பேய்க்கும் இடையே போல என்றாள்

நான் முழுதாய்த் தெளிவாய்ப்
பார்த்திருந்தால் சொல்லியிருப்பேன்
இல்லையில்லை
அப்படிப் பார்த்திருந்தால்
இப்போது சொல்ல வழியற்று
அப்போதே செத்திருப்பேன்
உன் அண்ணன் முழுதாய்ப் பார்த்திருப்பானோ
அதனால்தான் முழுநாள் தாண்டவில்லையோ
என்றாள்

அவட்டைப் பார்வைக்கு
அரைநாள் தாண்டினால்
அதிகம் தம்பி
மேலும் அரைநாள் இருந்ததெல்லாம்
அவட்டையின் பார்வையை
மிஞ்சத் துடிக்கும்
வாழ்க்கையின் துடிப்பு தம்பி
என்றாள்

3. கும்மிருட்டின் தனிமனம்

நள்ளிரவில் ஆந்தை காணும்போதெல்லாம்
உயிரைக் கவ்வுகிறது
குளிரொன்று

என்றோ ஆந்தைகளை விட்டு நீங்கிய
அவட்டையின் நிழல்
இன்றும்
அவற்றின் முகத்தில்
எனக்கு அசைவாடும்

அன்றொருநாள்
கும்மிருட்டில்
வானம் தவிர்த்து
எங்கும் வயலுள்ள
நிலப்பரப்பில்
ஒரு ஊரிலிருந்து இன்னொரு ஊருக்கு
சைக்கிள் மிதித்துச் செல்கிறேன்

கப்பி பெயர்ந்த ரோடு
முன்விளக்கின் துணை
நடுரோட்டில்
திடீர் ஆந்தை

அதன் பார்வை என்
அடிவயிற்றைத் துளைக்க
நான் பாப்பாவானேன்
என் வயிற்றில்
என் அண்ணன்
குலுங்கியாடி குலுங்கியாடி

அடங்க
ஆந்தை பதறி அகன்றது
அங்கிருந்து

அடுத்த கணம்
சுற்றிலும் இறந்து கிடக்கும்
இருள்

அதற்கு முன்பிருந்த இருளல்ல
இது
இருளின் பேய்

என் முன்னே
முன்விளக்கின் ஒளி
பாப்பா இருக்கும் ஊருக்கு
அது மட்டுமே
அழைத்துச் செல்லும் என்னை
இந்த நள்ளிரவில்

4. கவசம்

அப்பாவின் இறுதி அழுத்தலில்
அத்தனை கோடி அணுக்கள்
ஏவுகணையாய்ச் சீறிப் பாய
சரியாய் ஒரே ஒரு அணுவின்
முதுகில் மட்டுமேறி
ஏன் சவாரி செய்ய வேண்டும்
அந்தக் கை

சரியாய்த்
தனக்கே தனக்கான வரவேற்பறையை
ஏன் எட்ட வேண்டும்
அந்த ஒரே ஒரு அணு

இப்படித்தான் உலகத்தீர்
நீரிலிருந்து அப்பா
மேலிழுக்கப்பட்ட வேகத்தில்
பாப்பா கருப்பையுள்
போய் விழுந்தேன் நான்

இன்னும் அங்கிருந்த
அவட்டையின் பார்வை
தூக்கிப்போட்ட கைக்கு
முகமன் கூறியது
'வரும்போதே இவ்விந்துக்குக்
கவசம்சூட்டும் கையே கையே
அது திரண்டு வெளிச்சென்ற பின்னும்
எப்போதும் அதனுடனிருப்பாய் நீ
ஒரு கணம் உன் கவசம்
அகன்றால் போதும்
உள்ளிழுக்கும் சுழலொன்று
என் பார்வை அனுப்பும்
பின்னே அது இருக்கும்
ஆழத்துக்கு எந்தக் கையும் நீளாது'

5. அதிர்களம்

என்று அவட்டை
சொல்லி முடித்ததும்
என் கருவாழ்க்கையின்
முதல் நாளிலிருந்து
அதன் பார்வையின் கூர்மைக்கும்
அந்தக் கூர்மையின்
வெம்மையிலிருந்து என்னைக் காக்கும்
அண்ணன் விட்டுச்சென்ற கதகதப்புக்கும்
ஆசைப்படலானேன்

ஒரு துவந்தத்துக்கு
அடியில் என் உடல்
அதிர்ந்துகொண்டிருக்கிறது

6. அவட்டை: ஒரு செய்முறை

இருட்டின் யுகம் அகன்று
வெளிச்சம் வியாபித்த யுகத்தில்
ஒளிவுகள் திரிந்து
அவட்டைகள் ஓடிவற்றிவிட்டன
அவட்டைகளைத் தேடிச்செல்ல வேண்டும்
அழிவின் விளிம்பில் இருக்கும்
பேய்களையெல்லாம் காப்பாற்ற வேண்டும்

'அவட்டைகளைத் தேடிச்செல்ல வேண்டாம்
ஒரு ஒளிவைத் தயார் செய்து
அங்கே
இருளை அலைக்கழிக்காமல்
நிலைக்கச் செய்
தூரம் சென்று ஒளிந்துகொள்
மெல்ல எட்டிப்பார்
இருளை உற்றுப்பார்
தானே நடுங்க ஆரம்பிக்கும் இருள்
சிலநொடிகள் கண்ணை மூடு
மூடிய கண்ணின் இருளால்
ஒளிவின் இருளை உற்றுப்பார்
இப்போது கண்ணைத் திற
அங்கே இருளின் நடுக்கத்தில்
அவட்டை முதிர்ந்து
கனியாய் நிற்கும்
பறித்து எடுத்துக்கொள்
இருள் தானாக
நடுங்கினால் மட்டும் போதும்
அங்கே உண்டாகிவிடும்
அவட்டை முதல்
அண்டம் வரை'

7. நெற்பரப்பின் பாடல்

அப்பா இறந்த மறுநாள்
அவர் படத்துக்கு மாலையிட்டுச்
சுவரில் சாத்திவைத்து
முன்னே தாம்பாளத்தில்
நெல் பரத்தி வைத்தார்கள்

யார் விரல்களோ
ஐந்தடமாய் ஓடிய
அச்சிறுவட்டப் பரப்பு
உழுத சாலின்
சுருள் வரியாய்
நிலைத்திருந்தது
அழுது ஓய்ந்திருந்த பாப்பாவிடம் கேட்டேன்
ஏனிந்த நெல்தாம்பாளம் என்று

அப்பா வருவாரடா
அவட்டையாக வருவாரடா
அவர் வந்துபோனால்
அவர் நடந்த தடம்
நெற்பரப்பில் தோன்றுமடா என்று
ஒப்பாரி வைத்தாள்
அப்பாதான் அவட்டை என்றால்
அன்று வந்த அவட்டை யார் பாப்பா

அப்பா பார்ப்பதற்கு முன்பே
குழந்தை அண்ணனைப்

புதைத்துவிட்டார்கள் என்றாயே
அன்று உன் அடிவயிற்றைப் பார்த்தது
யார் பாப்பா என்றேன்

அப்பா போய்விட்டார்
அறிகுறியைத் தொலைத்துவிட்டார்
செத்த உயிர் கொஞ்சநாள்
செகத்தினிலே உலவும்வரை
அவர்தான் அவட்டையடா
அவர் தடம் பார்த்திரடா
என்று தொடர்ந்தாள் ஒப்பாரியை

தாம்பாள நெல்லைப் பார்த்தேன்
நான் சிந்திய பருக்கைகளை
'ஒருவேளை சோற்றுக்கு
சிங்கியடித்தவன் நான்' என்று
தான் எடுத்துத் தின்றவர்
நெல் மேல் நடப்பாரா
என்று தாம்பாளத்திடம் கேட்டேன்

அண்டப் பசியையே
நான் அவித்துவிடுவேன்
உன் அப்பா பசியை
அவிக்க மாட்டேனா
வரச்சொல்
என்று பொரிந்தது

காலை எழுப்பியது
பாப்பாவின் ஒப்பாரி
அவட்டை நடந்த தடம்
அனாமத்தா போன தடம்
ஆனை நடந்த தடம்
அரிபரியாய் ஆன தடம்
என்று மறுபடியும் ஒப்பாரி

தாம்பாளநெல்லில்
பூனை நடந்ததுபோல்

ஒற்றி ஒற்றி ஐந்து தடங்கள்
எங்கோ எப்போதோ
புதைக்கப்பட்ட
குழந்தை அண்ணனின்
படுகுழியை வெறித்துக்கொண்டிருந்தன

என் அடிவயிற்றுள்
யானை மிதித்ததுபோல்
குப்பென்றொரு வலி

8. வழிகாட்டும் ஆந்தை

இருபது ஆண்டுகள்
அந்தப் பாதையின் மேல்
அதே இருளில் ஓடிவிட்டன
அதே இருளை மிச்சம் வைத்து

இருசக்கர வாகனத்தின் முன்னே
இன்னும் மூத்தவன் ஆகியிராத
மூத்தவனை வைத்துக்கொண்டு
முன்விளக்கின் துணை கொண்டு
மெதுவாய்க் கடக்கிறேன்

கப்பி ரோட்டின் நடுவே
ஆந்தை
அருகே வண்டி வரப்
பறந்துசெல்கிறது

அது பறந்துசெல்லும் முன்னே
பார்த்த பார்வை
நான் பின்னே விட்டு வந்த வழியை
உறிஞ்சியெடுத்துச் செல்கிறது

பின்னே வழியேதும் இல்லை
முன் வழியை மட்டும்தான்
உருவாக்கிக்கொண்டு செல்கிறோம்
என்பதை அறிந்தால் குழந்தை
பதறிவிடுவான்

கொஞ்சம் தொலைவில்
மறுபடியும் ஆந்தை
அதே ஆந்தையா

'அப்பா
வழிகாட்டும் ஆந்தை
வழிகாட்டும் ஆந்தை'
அச்சம் போக்கும் மந்திரமாய்
உச்சரித்துக்கொண்டே வருகிறான்

வழியில் ஆந்தை
வழிகாட்டும் ஆந்தை
வழியே ஆந்தை

குறிப்பு

பாப்பா – அம்மா

3. அண்ணன் பெயர்

"... முழுதாய் அறிந்தவள் அவள்
வெற்று, நிறைவு இரண்டின் தத்துவம் பற்றியும்
மரித்துப்போன தன் மகன்கள் பற்றியும்
நிறைவு வெற்று இரண்டிலிருந்தும்
இசைபிரிக்கும் அக்கார்டியன்போல்
தன்னை வெற்றிடமாக்கிய கருப்பையொன்றின்
அமுக்கப்பட்ட ஓலம் பற்றியும்
முழுதாய் அறிந்தவள் அவள்"

– யெஹுடா அமிக்ஹாய், ஓப்பன் க்ளோஸ்டு ஓப்பன் (Open Closed Open) தொகுப்பில்

1. மூன்று மூன்றல்ல...

மூன்றாவது குழந்தையுடன்
நிறுத்திக்கொள்ளலாம்
என்பதே
அப்பாவின் திட்டம்
பாப்பாவோ
திட்டம் பணிபவள் மட்டுமே

மூன்றோ
'மூன்று' ஆகும் முன்னே
தான் சுமந்த எண்ணை
மண் சுமக்க வைத்தது

மூன்றை ஈடு செய்ய வந்து நான்
மூன்றாக வளர்ந்துகொண்டிருக்கிறேன்

எனினும்
முழு மூன்று
ஏதுமில்லை
என்றறிகிறேன்

எனினும்
மூன்று என்பது மூன்றாக மட்டுமல்ல
நான்காகவும் இருக்கலாம்
பலவாகவும் இருக்கலாம்

பற்பலவாகவும் இருக்கலாம்
இடையில்
ஒரே ஒரு கருப்பை
புகுந்துவிட்டால்
என்றுமறிகிறேன்

2. கருக்காலக் கனவுக்குச் சொப்புச் சாமான்கள்

முழுதும்
வயிற்றுள்
வாழ்ந்த வாழ்க்கை
சற்றே கொஞ்சம்
வெளியிலும் எட்டிப் பார்த்துவிட்டுச்
சென்றிருக்கிறது

ஆமாம்
கருக்காலத்தில்
அண்ணனுக்கு என்னென்ன
கனவுகள் வந்திருக்கும்

பூக்கள் கண்டிராத
விண்மீன் கண்டிராத
ரயில்கள் கண்டிராத
காதல் கண்டிராத
புணர்ச்சி கண்டிராத
புணர்ச்சிக் காணொலிகள் கண்டிராத
ஒளியைக் கண்டிராத
கருக்காலம்
இரட்டை இதயத்தின்
துடிப்பொலிகள்
குலுக்கிக் குலுக்கித்
தோன்றும்
இணைவுகளைக்
கனவாய்க் கண்டானோ

இதயத் துடிப்பின்
ஒலியூதி
அதில் அனலேற்றி
கூடிவந்த

ஒருநொடியில்
ஒளியாக்கி
அதைக்
கருச்சுவரில்
கனவாய்க் கண்டானோ

அவன் கனவின் மெல்லிய
ஆவிப் படலமேனும்
எஞ்சி இருந்திருக்குமோ
நான் உள்ளே
பூத்த போது

அவன் கனவின்
உடைபடர்ந்து
உலகம் கண்டேனோ
வெடித்து வெளிவந்தபோது

முன்னைக்
கரையிழுத்துப் போட்ட
கைவிசையின் கவசமும்
பின்னை
அண்ணன் கனவின்
அற்புத ஆடையும்
பெற்று வந்தேன்
அவையே என்றும்
காப்பு

அவற்றுள் இருந்துகொண்டு
அண்ணனின் கண்கொண்டு
ஒவ்வொரு நொடியும்
அவன் கனவுக்குச்
சொப்புச் சாமான்
சேர்க்கிறேன்
என்னையே எடுத்து விளையாடு
எப்போதும் அண்ணா!

3. பொதிதல்

> "...அனைத்தும்
> இருத்தலிலிருந்து வருகின்றன;
> இருத்தல்
> இருத்தலின்மையிலிருந்து
> வருகிறது"
> -தாவோ தே ஜிங்

அவன் இல்லாததால்
நான் இருக்கிறேன்

எனினும்
எனினும்
எப்போதும் உணர்கிறேன்
அவனை

இருவரும்
ஒருவர் மேல் ஒருவர்
மேற்பொதிந்திருக்கிறோம்
உட்பொதிந்திருக்கிறோம்

மோதி மோதிக்கொள்கிறோம்
பிய்ந்துசெல்லப் பார்க்கிறோம்

எனினும்
எனினும்
அவனை
ஆரத்தழுவவே விரும்புகிறேன்

அது மட்டும்
முடியவே இல்லை
எவ்வளவு முயன்றும்
தன்னைத் தானே
ஒருவர் வெறுங்கையால்
தூக்க முயல்வது போல்
இருக்கிறது

தூக்குவதற்கு
மட்டுமல்ல
இறக்குவதற்கும்
முடியவில்லை

4. மூதாதைமையின் முனை

அத்தனை மாதம் சுமந்த
குழந்தை
அன்றொருநாள்
பிரசவ மயக்கத்தில்
விடுபட்டு நீ பார்க்கும்போது
அது உன்னிடம் இல்லை
யாரிடமும் இல்லை
எப்படித் தவித்திருப்பாய் நீ
பாப்பா

பாப்பா சொன்னாள்:
'கர்ப்பப்பை காணாமல் அடித்தது
கைக்கு வரும்
நானோ கைக்கும் வராமல்
கண்ணுக்கும் வராமல்
மண்ணுக்குக் கொடுத்துவிட்டேன்'

பாப்பா சொன்னாள்:
'நானிருந்து
என் பிள்ளைகளை
இழந்தாலென்ன
நானில்லாமல்
என் பிள்ளைகளை
இழந்தாலென்ன
வெறித்தே பழகிவிட்டேன்
இந்த வாழ்க்கையை'

நீயில்லாமல் போகும்
வெறுமையையும்
நானில்லாமல் போகும்
வெறுமையையும்
என் பிள்ளைகள்
எப்படி வெறிப்பார்கள் பாப்பா

வெறுமைக்குள்ளும்
வெவ்வேறு தளங்கள்
வெவ்வேறு படிக்கட்டுகள்
இருப்பதை
அவர்கள் காண்பார்களா

பாப்பா சொன்னாள்:
'கண்டுகொண்டால்
மூதாதைமையின் முனைக்கே
சென்று திரும்பலாம்
என் மகனே'

5. ராஜு

சிறுவனாய் இருந்தபோது
யோசித்துப் பார்த்தேன்
எவ்வளவு பைத்தியக்காரத்தனம்
பெயரில்லாமல் பிறப்பதும்
பெயரில்லாமல் சாவதும்

அப்புறம்தான் பெயர்வைத்தேன்
அண்ணனுக்கு
ராஜு என்று

தெருவில் இருந்த ஒருத்தனுக்கும்
அதே பெயர்

அவன் நான் விரும்புபவனோ
வெறுப்பவனோ அல்ல

எனினும்
அண்ணனுக்குப் பெயர்
என்றதும்
அவன் பெயர் வந்து
ஒட்டிக்கொண்டுவிட்டது

உயிரைவிட
பெயருக்கு
ஆயுள் அதிகம்
என்று எப்படியோ
தெரிந்திருந்தது அந்த வயதில்

ஆகவே
அவட்டை பறித்த
அண்ணன் உயிரை
மீட்டேன்
பெயரைக் கொடுத்து

பெயரைத் தவிர வேறெதையும்
சுமக்கவில்லை
என்பதால்
நினைவு போல
பறந்துசெல்வான் அவன்
நான்
நினைத்த இடங்களுக்கெல்லாம்

6. கருப்பையின் தனிப் புலம்பல்

விட்ட கருப்பையார்
விட்டதும் என்ன புலம்பினீர்
 விட்டதன் புலம்பல் நீயே
ஆ என்ன சாபமிது

7. செம்பருத்தி

எங்கே புதைத்தார்கள்
என்று யாருக்கும் தெரியவில்லை
கொல்லையில் புதைத்திருக்கலாம்
என்பது என் நினைவு
என்றாள் பாப்பா

ஒருநாள் வாழ்க்கைக்கு
எடை கிடையாது
அதனால்
இறுதிச் சடங்கும் கிடையாது
ஓரளவு வாழ்க்கையைச்
சுமந்த உயிருக்கே
நாலு பேர் வருவார்கள்
என்றாள் பாப்பா

புதைத்த குழிமேல்
பூ கூட வைக்கமாட்டார்கள்
எலியைக் கொன்று புதைத்ததுபோல்
என் பிள்ளையைப் புதைத்துவிட்டார்கள்
என்றாள் பாப்பா

பிரசவ அறைக்குள் இருக்கும் குழந்தைக்கு
அறைக் குழந்தை
என்று சொல்வார்கள்
என் பிள்ளை
அரைக் குழந்தையாகப் போய்விட்டாள்
என்றாள் பாப்பா

அன்றே பிறந்து
அன்றே இறந்த குழந்தையை
ஒரு பிறவியாக

யாரும் நினைப்பதில்லை
இன்னும் பிறக்கவேயில்லை
என்றுதான் நினைப்பார்கள்
என்றாள் பாப்பா

பச்ச மண்ணு போல அது
பிடிச்சு வைச்ச மண்ணு போல அது
அதைப் பிடிச்சு வைக்க
மண்ணுக்குத்தான்
எப்படி மனசு வந்திச்சோ
என்றாள் பாப்பா

இன்னும்
சொல்லிக்கொண்டே போவாள்
பாப்பா

எனக்கோ
அண்ணன் புதைந்த இடம் தேட
வேண்டும்

வீடு தொலைந்துவிட்டது
கொல்லை தொலைந்துவிட்டது
இனி எங்கே தேட நான்

ஒரு மருத்துவக் கழிவைப் போல
இறந்திருக்கிறான்
அண்ணன்
அவனை எங்கே தேடியெடுத்துப்
புதைப்பேன் நான்

ஒரே ஒரு செம்பருத்தி
வைப்பதற்கேனும்
சொல் அண்ணா
நீ புதைந்த இடம் எதுவென்று

4. பாமணியாறு

கடவுளர்களைப் பற்றி
எனக்கு அதிகம் தெரியாது;
ஆனால் ஆறு என்பது
அடர் பழுப்பு நிறக் கடவுள்
என்றே நினைக்கிறேன் –
உம்மணா மூஞ்சிக் கடவுள்
கட்டவிழ்க்கப்பட்ட கடவுள்
கட்டுக்கடங்கா கடவுள்
... ஆறு நமக்குள், கடல் நம்மைச் சுற்றி.

– டி.எஸ். எலியட் (1888–1965), 'Four Quartets'
நெடுங்கவிதையில்

1. விலக்கப்பட்ட ஆறுகள்

வெளித்தெரியா நீரோட்டம்
எத்தனையோ உண்டு

என் வீட்டில்
மாதாமாதம்
பாப்பாவும் அக்காவும்
ஏன் விலகி உட்கார்ந்திருக்கிறார்கள்
என்பதை அறிந்த வயதில்
ஆற்றுக்கு
ஏற்கெனவே விடைகொடுத்திருந்தேன்

வங்காள விரிகுடாவில்
வந்து சேரும்
அளவிறந்த நீரோட்டங்களைக்
காணும்போது
பாப்பாவின் விலக்கமும்
அக்காவின் விலக்கமும்
ஆற்றோட்டமாய்த் துலக்கம்
கொள்கின்றன

அவர்களின் ஆறுகளுக்குத்
தனிப் பாயும்
தனிப் பாய்க்குக் கரைகளாக
ஒரு பக்கம் உலக்கையும்
மறு பக்கம் சுவரும்

தொட்டுவிடுவேன் தொட்டுவிடுவேன்
என்ற என் மிரட்டலுக்குச் சீறிப் பாய்வாள்
மற்ற காலங்களின்

சாதுகுண அம்மாவான
பாப்பா

அக்காவோ
என் குறுகுறுப்பில் சேர்ந்துகொண்டு
நான் தொடுவதைப் போல
என்னையும் தொட்டுவிடுவாள்

ஒருநாள் காதைப் பிடித்து
அருகில் இழுத்துக்
காதுக்குள் ஒன்று சொன்னாள் அக்கா
என்னவென்றே புரியவில்லை

தீண்டல் மட்டுமே ஆறு
என்று சொல்லியிருப்பாளோ

2. குண்டிப் பள்ளம்

நினைவு தெரிந்த நாள்முதல்
ஆண்டுக்கு எட்டு மாதங்கள்தான்
நீரோட்டம்
பாமணியாற்றில்

நீரோட்டம் இல்லாதபோதும்
சட்ரஸின்[1] முன்
நெடுங்காலப் பாய்ச்சலின் விரைவு
தோண்டிய குழிப் பகுதியில்
தேங்கியிருக்கும் நீர்

நீரோட்டம் நின்றபின்
நிறம் மாறி நிறம் மாறி
முறுகி முற்றிக்
கரும் பச்சை எட்டினாலும்
ஆற்றில்
நீர் வற்றாத
ஒரே இடம் அது

குளிப்பவர்களைக் கைவிட்டாலும்
விவசாயிகளைக் கைவிட்டாலும்
குண்டி கழுவுபவர்களைக் கைவிடாத
ஆறு பாமணியாறு

கடைமடைக் குண்டிகளுக்குக்
கிடைப்பதில்லை இந்தக் கருணை

குண்டிகளிலும் உண்டு
முதலிடைகடை

3. ஆகாசம் குடித்த பாட்டி

கண்ணெட்டும் தொலைவில்
மேலப்பாலத்திலிருந்து
சட்ரஸ் நோக்கி
ஏதோ மிதந்து வரக் கண்டு
ஆர்ப்பரிக்கிறது
வெள்ளம் பார்க்கும் கூட்டம்

ஆர்ப்பரித்ததைப் பொருளாக்கும்
பொருளைப் பிணமாக்கும்
பிணத்தசைவு கண்டு
உயிராக்கும்
கூட்டம்

ஆ
உயிருடன் ஒரு பாட்டி
மூழ்குவிசையை வென்ற
செல்விசை
மலர்த்தியிருந்தது
வாய் பிளந்து
சுழலும் பாட்டியின் தலையை
மேல் நோக்கி

உன் இறப்பாசையை
ஆகாசம் குடிக்கும் ஆசை
வென்றதே பாட்டி

அடித்துப் பிடித்து
சட்ரஸ் மதகை

மேலிருந்து திறந்தபின்
திறப்பின் வழியே
சீறிப் பாய்ந்த நீரும்
உன்னை
எதிர்க் கட்டையில் மோதிக்
கொல்லவில்லையென்றால்
சாவின் நீளத்தை
எம்மட்டுக்கு
அளந்து பார்த்திருப்பாய் பாட்டி

ஆ இதோ
மேலிருந்து குதிக்கிறான் ஒருவன்
தன் மேலாடைகளை அவிழ்த்துப் போட்டு

உன் துணிவை
எவ்வளவு வெறுத்திருப்பான் பாட்டி
இந்த வெள்ளத்தில்
தன்னுயிரையும் வெறுத்து
அவன் குதிப்பதற்கு

ஆற்றின் போக்கிலே
உன்னைக் கொண்டுசென்று
அருகிலொரு படித்துறையில்
ஒதுக்கி
ஓங்கியொரு அறை தந்து
உனக்கு உயிர் தந்த அதிகாரத்தில்
வேசிப் பட்டமும் தருகிறான்

'நல்லா திட்டுடாப்பா
அப்பவாச்சும்
நாக்கப் புடுங்கிக்கிட்டு
சாவு வருதான்னு பாப்போம்

'அப்படி என்ன உசிரு இது
மருமவ பட்டினி போட்டு அடிச்சும்
போவாத உசிரு

'ஒரு கேள்வியும் கேக்காம
அம்மாவ மவங்காரன் பாக்காம
பொண்டாட்டி முந்தானையில
சுருண்டு கிடக்குறதைப் பாத்தும்
போகாத உசிரு

'புருசன் உடம்புல
புழுப் புழுவா
தெனமும் பூத்துவர்றதப்
பாத்தும் போவாத உசிரு

'மானங்கெட்ட உசிரு
மசிருக்கு ஆகாத உசிரு
தண்ணியில போகாத உசிரு
தேவடியாப் பட்டத்துக்காச்சும்
போகுதான்னு பாப்போம்
திட்டுடா தம்பி
நல்லா திட்டுடா'

பாட்டியைக் காப்பாற்றியவன்
தன் நீச்சலை மறப்பதற்கு
என்னவெல்லாம் செய்யலாம்
என்று
அன்றிலிருந்து இடைவிடாமல்
யோசித்துக்கொண்டிருக்கிறான்

4. தூரம்

பாட்டி மேலப்பாலத்தில் குதித்தபோது
அவள் சாவு கொஞ்ச தூரத்தில்
கொஞ்ச ஆழத்தில்
இன்னம் கொஞ்ச தூரத்தில்
இன்னும் கொஞ்ச ஆழத்தில்
தெரிந்துகொண்டே வந்தது

எவன் கண் பட்டதோ பாவி
பாட்டியைக் கரையில் ஒதுக்கிவிட்டு
சாவை
அடித்துச் சென்றுவிட்டது
பாமணி ஆறு

5. கல்லில் அடங்கா அழகு

அதே பெருவெள்ளத்தின் மறுநாள்
மதகின் ஓரச் சுழலில்
சிக்கித் தவித்த
கட்டுவிரியனுக்குப்
பாட்டியின்
பாக்கியம் வாய்க்கவில்லை

அது உயிரோடு இருக்கும் வரை
எல்லோருடைய சாவாகத்தான்
இருக்கும்
என்று பரிதவித்துக்கொண்டிருந்தோம்
மேலிருந்து

நீரை வெல்லத்
தவித்தது கட்டுவிரியன்
அதை
எதிர்த்து எதிர்த்து
நீந்திச் சுழன்று

மேலிருந்து மாறி மாறிக்
கற்கள் பாய
கனத்த கல்லொன்று
கடைசியாய்
அதன் கதை முடித்தது

கட்டுவிரியன்
வெறுமனே தன்
பெயருக்குத் திரும்பியது
தலை துவண்டு

ஆற்றின் போக்கில்
அது இழுபட்டுபோனபோது
முதன்முறையாகச்
சொல்லத் தோன்றியது
'கட்டுவிரியன் எவ்வளோ
அழகுல்ல'

6. ஆற்றின் அடிமனம்

எப்போதாவது
குண்டிப் பள்ளம் முழுதும் வற்றுமா
என்று ஏங்கியிருக்கிறேன்

நீரோடிய காலங்களில்
அது கொண்டு உள்ளழுத்தி
உறிஞ்சிய உயிர்கள்
என்ன ஆகியிருக்கின்றன
என்பதைக் காண
எப்போதும் ஆவல்

எது இல்லாததால்
அவர்கள்
பிணம் ஆனார்களோ
அதைக் காணத் துடிக்கிறேன்

உள்ளே எப்படியும்
பெருந்திரட்டு
அருங்காட்சியகம் இருக்கும்
அதுதான் ஆண்டுக்குப் பலமுறை
நீச்சல் தெரியாத என்னையும்
ஈர்க்கும்
அருங்காட்சியகத்தின் கதவு திறக்கும் முன்
இங்கே நுழைய உரிமையில்லை
என்று
யாருடைய கையோ என்னை
ஒவ்வொரு முறையும் வெளித்தள்ளும்

அங்கே
செல்ல வேண்டும்
சேகரமாகியிருக்கும்

விளையாட்டுப் பொருட்களை
ஆறு எப்படியெல்லாம் உருட்டி
விளையாடுகிறது என்று பார்க்க வேண்டும்

முழங்கால் நீரில் விளையாடி
மறுநாள் கிடைத்த
ஐந்தாறு வயதுச் சிறுவன்
ஆற்றின் கனவாய்
அதன் அடிமனதில்
தங்கிவிட்டான்

குண்டி கழுவும்போதெல்லாம்
குஞ்சுமீன்கள் அனுப்பிக்
கால்விரல் கொறித்து
ஏதோ சொல்லத் துடிக்கிறான்

ஆறு பொல்லாதது
அதன் கனவுக்கு
ஆள் சேர்க்கிறது

8. கொடிநீரோட்டம்

பாப்பா
எனக்கு நீச்சல்
தெரியாமல் போனதற்குக் காரணம்
வெகுநாள் கழித்தே அறிந்தேன்

தூரமோ அருகோ
ஆழமோ முழங்கால் அளவோ
உன் தொப்புள்கொடி
என்னை எங்கும் பின்தொடர்கிறது

அது என் நீச்சலின் மூச்சை முறுக்கி
அதனை மேலெழ விடாமல்
என்னை மட்டும் மேலெழச் செய்கிறது

ஒவ்வொரு முறையும்
என்னை இழுத்துப்போடும்
ஒரு கையை அனுப்புகிறது
உன் தொப்புள்கொடி இறுக்கத்திலிருந்து
விடுபடவே

இறப்புக்குச் சில நொடிகள்
முன்பாவது
நீச்சலின் ஒரு கைவீச்சாவது
என் உடலில் காணவே

அன்றொரு நாள் குதித்தேன்
மேலப்பாலத்திலிருந்து

சட்ரஸ் வருவதற்குள்
நீரழிந்த மண்ணில் எழுந்து
நடக்க ஆரம்பித்தேன்

நீரோ மணலோ
எது ஓடினாலும்
தொப்புள்கொடியின் ஓட்டத்துக்குக்
பற்றிக்கொள்ளக்
கரையில்லை
மூழ்குவதற்கு
ஆழமில்லை

கொஞ்சம் ஓரமாக
நடந்துபோகலாம்
அவ்வளவுதான்

9. மூணாற்றுத் தலைப்பு²

> இனிய தேம்ஸ் நதியே,
> மெல்ல ஓடு,
> என் பாடலை முடிக்கும் வரை.
> — எட்மண்ட் ஸ்பென்ஸர் (1552-1599),
> 'Prothalamion' கவிதையில்

தாய்நடை பிடிக்காத
தளுக்குநடை தேடிய
பெண்ணொருத்தி
அவள் பெயர் வெண்ணாறு
அவளிங்கே பெற்றாள்
மூன்று பெண்கள்

மூன்று சகோதரிகளில்
தாயும் ஒருத்தி

கருச்சுமையை நீக்கிவிட்டு
இளைத்த தேகம் காட்டிக்கொண்டு
பிள்ளைகளோடு போட்டி கட்டுகிறாள்

பிள்ளைகளுக்குத் தெரியாதா
தாயின் வெட்கமற்ற தளுக்கு

தம் வழியே
அருகருகே கதை பேசி நடப்பதற்குத்
தாயைத் தள்ளிவிடுகிறாள்கள்
இங்கிருந்து இவளும்
அங்கிருந்து அவளும்
மாறி மாறி
நீர்க்காகங்களிடமும்

கரையோரப் பச்சைக் கிளிகளிடமும்
கருப்பு வெள்ளை மீன்கொத்திகளிடமும்
கதை சொல்லி அனுப்புவாள்கள்

இவள் சிரித்த களுக்கை
அங்கு சென்று குறுக்கு மின்கம்பியில்
அமர்ந்து தின்று பார்க்கும் மீன்கொத்தி

காட்டுச் சிறுக்கிகள்
கரைமீறி இடையேயும்
கைகோத்துக்கொள்வாள்கள்

கடைசியாய்க் கடைசியாய்க்
கண்ணுக்கெட்டிய தூரம் வரை
தாய்க்கெழவி தெரிகிறாளா
என்று பார்த்துவிட்டு
ஒரே கடலில்
ஒரே உடலாய்
ஓட்டமாய்
ஓடிக்குதிக்கிறாள்கள்

நடுக்கரை சங்கதிகளெங்கே
புறக்கரை பூக்களெங்கே
கோரையாற்றுக் கும்மாளமெங்கே
பாமணியாற்றுப் பவிசெங்கே
என்ன நாடகம் இது
யாரை ஏய்க்க
ஓரக்கடலுக்குள்
உள்நீச்சல்

10. தங்கத் தோண்டிகள்

நீர்வறளும் பருவம்தோறும்
எங்கிருந்து வருகிறார்கள்
இந்தச் சிறுவர்கள்

நில்லாமல்
செல்வது ஆற்றின் அடிமனம்
என்றாலும்
அதற்கும் உண்டு
தங்கச் சங்கிலிகள் தங்க மோதிரங்கள்
வெள்ளி மெட்டிகள் வெள்ளிக் கொலுசுகள்
அணியும் வழக்கம்
என்று அறிந்த சிறுவர்கள்
அவர்கள்

சலித்தெடுத்துக்கொண்டே இருப்பார்கள்
நொடிதோறும்
காசோ
இரும்போ துரும்போ
பித்தளையோ
ஏதோ

கிடைக்கும் பித்தளைக்கெல்லாம்
ஒரு நொடி
தங்க மதிப்பு
வழங்கி
அடுத்த நொடி
ஆற்றைச் சபிக்கும்
அவர்களின் வியப்பு

தங்கம் கிடைத்தவர்களையோ
தங்கம் கிடைத்த தருணங்களையோ
கண்டதில்லை
ஒரு நாளும்

ஆயினும்
ஒரு சிறுவன்
கையால் ஆழக் குழி தோண்டி
ஒருநாள்
அதனுள்
ஏதோ சொன்னதைக் கண்டேன்
என்னவென்றே புரியவில்லை

தோண்டல் மட்டுமே தங்கம்
என்று சொல்லியிருப்பானோ

குறிப்புகள்

சட்ரஸ் – ஷட்டர்ஸ் (shutters) என்பதன் பேச்சு வழக்கு.

மூணாற்றுத் தலைப்பு – நீடாமங்கலத்துக்கு முன்னே வெண்ணாறு மூன்றாகப் பிரிந்து பாமணியாறு, கோரையாறு, வெண்ணாறு என்று மூன்று ஆறுகளாக ஓடத் தொடங்கும் இடம்.

5. ஆயிரம் பாம்பு கொன்ற அபூர்வ சிகாமணி

பரியாசம் போலவே கடித்த பாம்பு
பலபேரறியவே மெத்த வீங்கி
பரியார மொருமாது பார்த்த போது
பையோடே கழன்றதென்று ஆடாய் பாம்பே

– பாம்பாட்டிச் சித்தர்

1. அப்பாவின் சைக்கிள்

மன்னார்குடி ராஜகோபாலசாமிக்குப்
பல்லக்கு என்றால்
அந்தக் குழந்தைக்கு
அப்பாவின் சைக்கிள்

முன்னே கழுகு சிறகுவிரித்திருக்க
கைப்பிடியில் முன்கூடை கம்பி மாட்டி
அதில்
அக்குழந்தையை உட்காரவைத்ததும்
தொடங்கிவிடும் பவனி

அவன் தலைக்கு மேலே
அப்பாவின் மீசை குடைபிடிக்கும்

இரு பக்கமும்
கைகள் கோட்டை கட்டும்

எதிர்ப்படுவோர்
அப்பாவுக்கு இடும் வணக்கங்கள்
விசாரிப்புகள் மரியாதைத் தலையசைப்புகள்
அவன் மேல் விழுந்து வழிய
வெண்ணெய்த்தாழி[1] நடத்திக்கொண்டு
போவான்

இருபது ஆண்டுகள்
எத்தனையோ பாகங்கள்
மாறினாலும்
இடையறாது ஓடிய சைக்கிள்

இருபது ஆண்டுகள் ஓடினால்
எந்த சைக்கிளும்
காற்றில் கரைந்துவிடும்

அதுவும் அப்படித்தான்
எங்கே ஓடி
எங்கே ஒய்ந்து
எங்கே கழன்று
எங்கே கரைந்து போனதோ

காற்று சற்று பலமாக
அடிக்கும்போதெல்லாம்
அப்பாவின் உந்தலை
உணர்கிறான்
முன்கூடை ஏந்தலை
உணர்கிறான்
தற்போது வளர்ந்து நிற்கும்
அக்குழந்தை

அப்போதெல்லாம்
முன்னே
அதே கழுகு தோன்றி
ஓடுதளம் விட்டு
இழுத்துக்கொண்டு ஏறுகிறது
மேலே

2. தேசிலு

கல்யாணத்துக்கு முந்திய
அப்பாவின் புகைப்படங்களில்
மீசை இல்லாமல்
மீசை இல்லாத
ஜெமினி கணேசன் போல் இருந்தார்
பிற்பாடுதான் மீசை வந்தது
அவர் பெயர் தெருவில்
'வீசை' ஆனது

அப்பாவுக்குத்தான்
எத்தனை பெயர்
சான்றிதழ்களில் 'தேசிகாமணி'
கேட்பவர் செவிகளில்
தவறாக எப்போதும் 'தெய்வசிகாமணி'
சொந்த ஊரில் 'தேசிலு'
வந்த ஊரில் 'வடுவூரார்'
அரிதாக 'சிகாமணி' 'மணி'

அப்புறம்
'வீசை'
'தலைவர்'
'ஆர்சுத்தியார்'
கடைசியில் 'தாத்தா' 'பெரிசு' 'கிழவன்' 'கிழடு'

எல்லாப் பெயர்களிலும்
சுழித்தோடினார்
ஒரு பெயரில் மூழ்கிக்கொண்டிருந்தபோது

இன்னொரு பெயரின் கை
இழுத்து வெளியில் போட்டது

மூச்சடங்கி
அமைதியில் நிலைத்திருந்த கணத்தில்
சுழிப்புகள் அற்று
ஓட்டமும் வெளித்தெரியாமல்
ஓடிக்கொண்டிருந்த குடமுருட்டி போலவே
ஆனார்

அப்பாவை இனி குடமுருட்டி
என்றும் அழைக்கலாம்

3. அந்தப் பக்கம் கண்ட எலி

தாத்தா ஏவிய
விந்தணுக்கள் பலகோடி
அதில் வென்று
ஆத்தாவின்
அண்டம் துளைத்துப்
பிண்டம் ஆனவர்
அப்பா

பீறிட்டு வெளிவந்தும்
ஐந்து வயதுக்குள்
தம்பியர் இருவர் வென்று
தனை ஏவிய
தந்தையும் வென்று
இன்னும் இன்னும்
முந்திச் செல்லும்
விந்தாகவே முண்டிக்கொண்டு
வந்தவர்
அப்பா

ஒருகணம் ஓய்ந்ததில்லை
ஓரிடம் கால் தரித்ததில்லை
துறுதுறுவென்று எப்போதும்
ஓடிக்கொண்டேயிருப்பார் தேசிலு
என்று எல்லோரும் சொல்லும்போது
எனக்குத் தோன்றும்

இன்னும் எந்த அண்டம் தேடி
இந்த விந்து பாய்கிறதென்றும்
இப்படியே போனால்
ஒளிவேகம் அடைந்துவிடும்
இவ்விந்து வேகமென்றும்

பேச்சடங்கி மூச்சடங்கி
கிடந்தபோதுதான் கண்டேன்
அப்பாவாய் அந்த விந்து ஆனதை
இதற்குத்தான் வந்தேன்
என்பதைப் போல
மலையை நெடுநேரம்
துளைத்து வந்த எலியாய்

மலைக்கு அந்தப் பக்கம்
எலி என்ன கண்டதென்று
தெரியவில்லை

ஆனால்
அந்தப் பக்கம் கண்டது
முகத்தில் உறைந்திருக்க
அலுங்காமல் அப்பா கிடந்ததைப்
பார்த்தபோது
அசைவற்ற ஒளியொன்று இருந்தால்
இப்படித்தான் இருக்குமென்று
யாரிடமாவது
சொல்லத் தோன்றியது

4. ஆமத்தம் உள்

மாயஞ்சுழற்றிய
மந்திரத்தில்
போய் விழுந்தான்
அச்சிறுவன்

ஆய்கழிக்க வந்தவர்
அதுகண்டு
கரையுந்தித்
தாவிக் குதித்துப்
பற்றினார்
பற்றுக அப்பற்றினையென
சுற்றிய தலையின்
கற்றை மயிரை

கரையுந்தலின் கனம் தாங்காமல்
எதிருந்தல் கொடுத்துக்
கரையேற்றிப் போட்டாள்
குடமுருட்டி

கரைகிடந்த சிறுவன்
கரையறியான்
கரைதந்த கையறியான்
கண்மூடிக் கிடந்தான்
கரைகாணா வெள்ளத்துள்

திசைகழுவிய வெள்ளத்துள்
அப்போது ஒரு குரல்
அவன் செவியுள்

எற்றரோ பேராய் நீ
ஆமத்தம் உள்

கண்விழித்ததும்
செவிச்சொல் மறந்தெழுந்து
கால்சட்டை அணிந்து
வீடு சென்றான் சிறுவன்
இனியெஞ்சும்
தலைமுறைகள்
சேர்ந்து தேடட்டும்
அதன் பொருளை என்று

5. அப்பாவின் மீசை

அப்பாவின் மீசை
சாதி மீசையல்ல
ஆண் மீசையுமல்ல

தன்னாலும் முறுக்க முடியும்
என்று சொல்லிக்கொண்ட மீசை
அதுதான்
சிறுபிள்ளைகளை
அவர்மேல்
அச்சம் கொள்ள வைத்தது
அதுதான் அந்தச்
சிறிய மனிதரை
எதிர்ப்படுவோரைத்
தலைவரே என்று
அழைக்கவும் வைத்தது

அப்பா
வாழ்நாளில் சம்பாதித்தது
ரொம்பவும் கொஞ்சம்
அந்தக் கொஞ்சத்தில்
ரொம்பவும் அதிகம்
அவர் மீசை

அப்பாவை எரித்தபோது
அவர் எலும்பைவிட
அதிகம் சடசடத்திருக்கும்
அவர் மீசை

அதற்குத்தான்
வீராப்பு
ரொம்ப அதிகம்

6. அப்பாவின் சுளுக்கி

ஆளுயரத்துக்கும் அதிகம்
அந்த இரும்புச் சுளுக்கி

திருப்பாற்கடல்[2] எதிரில்
இரும்புப் பட்டறையில்
இப்படி வேண்டும்
அப்படி வேண்டும்
என்று சொல்லிச் சொல்லி
அப்பா செய்துகொண்டது

கூர்முனைக்கு அருகே
கீழ்நோக்கி மற்றொரு கூர்முனை
நழுவிச் செல்லும்
பாம்பின் தந்திரங்கள்
அப்பா நன்கு அறிந்ததால்
இப்படி ஒரு ஏற்பாடு

அப்பாவின் சுளுக்கிக்கு
நல்லபாம்புகளையும்
சாரைப்பாம்புகளையும்
அனுப்பிக்கொண்டே இருந்தது
பாமணி ஆற்றங்கரை

வீட்டுக்கொல்லைகளின்
மறைவுகள்
சுவர்களின் விரிசல்கள்
கீற்றுக்கூரைகள் என்று
எங்கிருந்தெல்லாமோ
முளைத்துக்கொண்டே இருக்கும்
பாம்புகள்

யார் வீட்டில் என்றாலும்
இறவாணத்தில் சொருகிய
சுளுக்கியை எடுத்துக்கொண்டு
ஓடுவார் அப்பா

தலைக்கு அருகே
ஒரு சொருகு சொருகி
அப்பா திருகும்போது
வலியை
பாம்பின் வால் சுழற்றும்

அதன் உயிரை
முற்றிலும் உறிஞ்சி எடுத்துக்கொண்ட
சுளுக்கியைப்
பின் உருவி
வாய்க்காலில் ரத்தம் கழுவி
வீட்டுக்குக் கொண்டு வருவார் அப்பா

இறவாணத்தில் அது சொருகியிருப்பதைப்
பார்க்கும்போதெல்லாம்
பாம்பைவிட அதன் மேல்தான்
பயம்

எந்த நொடியிலும்
அது பாம்பாக மாறிவிடும் என்று
எப்போதும் அஞ்சினேன்

தான் திருடிய பாம்புகளின்
உயிரையெல்லாம்
ஆலகால நஞ்சைச் சுண்டக் காய்ச்சித்
தன்னுள் அது வைத்திருக்கிறது என்று
எப்போதும் அஞ்சினேன்

என்னுள் தன் கூர்முனையால் சொருகி
அந்த நஞ்சைச் செலுத்திவிடும் என்று
எப்போதும் அஞ்சினேன்

அப்பா இறந்தபின்
நடுக்கத்துடன் இறவாணத்திலிருந்து
அதை உருவியபோதுதான்

அது தந்த குளுமையை
ஏற்றபோதுதான்
உணர்ந்தேன்

மறுமுனை நச்சையெல்லாம்
இம்முனையில் இறுகப் பற்றிய
அப்பாவின் கைகள்
தணித்துவிட்டனவென்றும்

அப்பாவின் சாவு
அந்தச் சுளுக்கியை
ஒரு பாம்பு பொம்மை
ஆக்கிவிட்டதென்றும்

7. இறவாணம்

சாவு
அப்பாவுக்குள்
ஆழப் பாய்ந்தபோது
அது அவரின் சுளுக்கி போல்
இருந்திருக்குமா
அது இரும்பால் செய்ததா
கூர்முனை அதனடி கீழ்முனை
கொண்டதா

அது ஆழப் பாய்ந்தபோது
தான் கொன்ற பாம்புகளை
ஒவ்வொன்றாக அப்பா
நினைத்திருப்பாரா
தன் வலியைக் கடத்திச்
சுழற்றவொரு
வாலில்லையென்று
முதன்முறையாக
வருந்தியிருப்பாரா
இல்லை
தன் வலியைக் கடத்திய
வாலென எங்களைக் கண்டு
நிச்சலனத்தில் ஆழ்ந்தாரா

சொருகிய சுளுக்கியை
உருவி எடுக்க வேண்டும்
அதை ஏதாவதொரு
இறவாணத்தில்
சொருகி வைக்க வேண்டும்

ஏதாவதொரு இறவாணம் என்றால்
அப்பாவின் சாவை
ஒரு பொம்மையாக்கித்
தன்னுள் என்றும் வைத்திருக்கும்
இறவாணம்

8. சாக வைக்கிற சாமி

முழுதும் அடங்கிய பிறகு
பாம்பை விட்டுவிட்டு
அப்பா சென்றாலும்
பாம்படிக்கச் சொன்ன வீட்டுக்காரர்கள்
அங்கேயேதான் நிற்பார்கள்
கரையோரம் புதைத்துப்
பாலூற்றுவார்கள்
சில வாரம் தொடரும்
இந்தச் சடங்கு

ஒருமுறை பாம்பைப் புதைத்துப்
பாலூற்றியதும்
தன் கன்னத்தில் போட்டுக்கொண்ட
பக்கத்து வீட்டுப் பூபதி அத்தை
'நல்லது[3] நமக்கெல்லாம் சாமி
கும்புட்டுக்க கண்ணு' என்று
தன் மகளிடம் சொல்ல

'செத்தால்தான் சாமியாக முடியுமாம்மா
சாமின்னா அது ஏன் சாகணும்மா'
என்று அவள் கேட்க
'சாமிகள்லயும் வாழ வைக்கிற சாமி
சாக வைக்கிற சாமின்னு
இருக்குடியம்மா
இது சாக வைக்கிற சாமிடி கண்ணு
கன்னத்துல போட்டுக்கோ'
என்று சொல்ல

அன்றிலிருந்து
அந்தச் சிறுமிக்கு ஒரே யோசனை
தான் வளர்ந்து பெரியவளாகி
வாழ வைக்கிற சாமி ஆவோமா
இல்லை
சாக வைக்கிற சாமி ஆவோமா
என்று

9. அப்பா ஆகத் தவறியவன்

மாமா வந்திருந்தபோது
அப்பா இல்லாதபோது
பக்கத்து வீட்டுச் சுவர்ப் பிளவில்
பாம்பு நுழைந்திருந்தபோது
ஓடிவந்து எங்களை
அழைத்தார்கள்
அப்பாவைப் போல
அப்பாவின் சுளுக்கி மீதும்
மாமாவுக்கு பயம்

அப்பாவின் சுளுக்கி
அவர் பேச்சை மட்டுமே
கேட்கும்

கையில் கிடைத்த கம்பை
எடுத்துக்கொண்டு
அந்த வீட்டுக்குள் ஓடும் முன்
இன்னொரு கம்பை
என்னிடம் கொடுத்துச் சுவருக்கு
வெளியே நிற்கச் சொன்னார்
மாமா

உள்ளிருந்து
அவர் கம்பால் தள்ளிய பாம்பு
வெளியே வந்ததும்
அவசரத்தில் நான்
வாலில் அடித்துவிட
அப்படியே திரும்பி
தாண்டவப் படமாடியது

ஒற்றைக் கால் நடராசன்
உச்சியில் சினம் விரித்தான்
ஒரே அடியில்

எளிதில் வீழ்த்திவிட
அப்படியொரு வாகு
அப்படியொரு சமயம்
அச்சமயம் பாம்பு கேட்டது என்னிடம்
'நான் விரித்த படத்தைவிட
பேரழகு மிக்கது
பேரச்சம் தருவது
நீ எனக்குத் தரப்போகும்
சாவெனில்
வா
தா
ஓங்கி உலகளந்துவிட்டுச்
சாகிறேன்'

பேசாத ஒப்பந்தமாய் நானும் நிற்க
அதுவும் என் கம்புக்குக் காத்திருந்துவிட்டு
நிலைத்த தன் படத்தை
உள்வாங்கிச் சென்றுவிட

'ஒரு பாம்படிக்கத் தெரியலை
நீயெல்லாம்
ஒரு ஆம்பளைப் புள்ளை'
என்ற மாமாவின் குரல்
என்னை மகுடியிடமிருந்து
விடுவித்தது

10. சுளுக்கியின் பெயர்

பாமணியாற்றங்கரையின்
இருபது ஆண்டுகளில்
எனக்குத் தெரிந்து
யாரையும் கடித்ததில்லை
எந்தப் பாம்பும்

இருப்பினும்
ஒவ்வொரு பாம்பிலும்
யாருடைய சாவையோ கண்டு
அடித்துக் கொன்றீர்கள் அப்பா

கடைசியில்
சுளுக்கியுடன் சாவு
உங்கள் கண்முன்
வந்து நின்றதா அப்பா

அப்போது
அதற்கு முறுக்கு மீசை
இருந்ததா அப்பா

அன்றொரு நாள்
தாரில் சிக்கிக்கொண்டு
உங்கள் சுளுக்கி முன்னே
தலை மட்டும் நீட்டி நீட்டிச்
சீறிய பாம்பைப் போல
தானுமொரு பாம்பாய்
சாவின் சுளுக்கி முன்
உங்களை
உணர்ந்தீர்களா அப்பா

வாழ்விலிருந்தும்
வாழ விடாமல்

இறுக்கிப் பிடித்த தாரிலிருந்தும்
உங்களை விடுவிக்க வந்த
சுளுக்கியை
அது நேரே உங்கள் இதயத்தில்
பாயும் முன்
என்ன பெயர் சொல்லி
அதனை அழைத்தீர்கள்
அப்பா

குறிப்புகள்:

வெண்ணெய்த்தாழி – ஆண்டுப் பெருவிழாவின்போது பெருமாள் கோயில்களில் நடைபெறும் உற்சவம். இந்த உற்சவத்தின்போது பெருமாள் நவநீதகிருஷ்ணன் கோலத்தில் பல்லக்கில் பவனி வருவார். பக்தர்கள் அவர் மீது வெண்ணெய் வீசுவார்கள். மன்னார்குடியில் பங்குனி மாதம் இந்த உற்சவம் ரொம்பவும் ஜோராக நடக்கும். பல்லக்கில் அமர்ந்திருக்கும் பட்டர் மீது வெண்ணெய் அடிப்பதற்குப் போட்டி நடக்கும். பட்டர் வெண்ணெய் வழிய வழிய உட்கார்ந்திருப்பார். நவநீதம் என்றால் சம்ஸ்கிருதத்தில் 'வெண்ணெய்' என்று பொருள்.

திருப்பாற்கடல் – மன்னார்குடியில் பாமணியாற்றுக்கு அருகில் உள்ள ஒரு குளம். குளம் இருக்கும் தெருவுக்குத் திருப்பாற்கடல் தெரு என்று பெயர்.

நல்லது – பேச்சு வழக்கில் நல்ல பாம்புக்கு இப்படி ஒரு பெயர் உண்டு. பாம்பு என்ற சொல்லைச் சொல்வதைத் தவிர்ப்பதற்காகவும் 'நல்லது' என்று சொல்வதுண்டு.

6. விந்துநீச்சல்

பிறவிப் பெருங்கடல் நீந்துவர் நீந்தார்
இறைவன் அடிசேரா தார்

— திருவள்ளுவர்

1. தணல்நீச்சல்

மாயக் குடமுருட்டி
மனமெல்லாம் தீயுருட்டி
சொல்லைப் பஞ்சுருட்டி
உள்ளெறிந்தேன் பொறிபரப்பி
மூடுதிசை நீறுபூக்க
வெளியே நீ துருத்தி
வளியே கொண்டு
உன் அலகிலா வாய்பொருத்தி
குப்பென்று குப்பென்று
ஊதுக நீ உலைத்தீ

தமிழே நீ தனியுருட்டி
தன்னடனம் தான்சுழற்றி
விரிவாய் விண்பரப்பி
என் கவியுள் பொன்பரப்பி

காவிரியே நீ தனிமயக்கி
கால்பாவும் இடமெல்லாம்
வாவாவென்று நீயழைக்க
போபோவென்று நான் மறுக்க
உன்னுள் கரைந்தோடுகிறது
என்னிடம் சேராத
என் நீச்சல்

வாழ்வே நீ
தணல் தாங்கி
தாங்காக் கணம்
தணலணைக்கும் புனல்தேடி
நீந்துக நீந்துக
அப்படி ஒரு பெருநீச்சல்

2. நீச்சலின் நிர்விகல்ப சமாதி

நானான விந்தே
நீ இருப்பது அப்படியோ
இல்லை நீ
நீச்சலின் நிச்சலனமோ

நானான விந்தேற்ற
என்னம்மை அண்டமே
அங்கேயே முடித்தனையோ
உனை நோக்கிப் பாய்ந்துவந்த
அரும்பெரும் நீச்சலை

தந்தை நீச்சல் அடக்கிய
தாயாறே
விந்தை நீச்சல் உனது

அடித்துச் செல்வதல்ல
விரிந்து சென்று
வெடித்து நிறைவது
அல்லது
துடித்து மறைவது

3. நீர் மறைய நீ மறைய...

> இசையால் அசையும் உடலே,
> சுடர்பரப்பும் விழிவீச்சே
> நர்த்தனத்திலிருந்து
> நர்த்தகரைப் பிரித்தறிவது எப்படி?
> - டபிள்யு.பி. யேட்ஸ் (1865-1939), 'Among School Children' கவிதையிலிருந்து...

குழந்தை கேட்கிறான்:
நீச்சல் எங்கே இருக்கிறது
மாஸ்டர்
நீரிலா
என் உடம்பிலா
என் மனதிலா

மாஸ்டர் சொல்கிறார்:
நீரில்தான் நிச்சயம்
இருக்கிறது
உடலைத் தூண்டில் போட்டு
மனதைக் கரையில்
உட்கார வைத்து
நீச்சலைப் பிடிக்க வேண்டும்
நீச்சல் உன்னைப்
பேராசையுடன் கவ்வும்
அப்படியே விழுங்கும்
நரம்பை இழுத்துக்கொண்டே
நீரில் மேலும் கீழும்
நான்கு திசையும்
வலம் வரும்
அதன் வயிற்றிலிருந்து

கரையை வேடிக்கை பார்ப்பாய்
நீரின் மனதை வேடிக்கை பார்ப்பாய்
உன் மனதும் நீரின் மனதும்
ஒன்றெனக் காண்கையில்
நீரின் மனதைக் காண்பாய்
அப்போது கரையில்தான்
நீச்சல் உள்ளது என்பதையும்
அதை நீரின் மனம் கொண்டு
பிடிக்க வேண்டும் என்பதையும்
உணர்வாய்
கரையில் உள்ள நீச்சலைக்
கடைசியில் பிடிப்பதுதான்
உன் இலக்கு

குழந்தை சொல்கிறான்:
குழப்புகிறதே மாஸ்டர்
நீரில்
கரையில்
என்று மாற்றி மாற்றிச் சொல்கிறீர்களே
நான் நீந்தாமல்
இருக்கும் போது
நீச்சல் எங்கே இருக்கும்

மாஸ்டர் சொல்கிறார்:
நீந்தும்போதே நீச்சல் தோன்றுகிறது
நீரும் தோன்றுகிறது
நீயும் தோன்றுகிறாய்
நீச்சல் மறையும்போது
நீரும் மறைய
நீயும் மறைந்துவிடுவாய்

4. புதிய கடல்

குழந்தை கேட்கிறான்:
ஆமாம் நீங்கள் யார் மாஸ்டர்

மாஸ்டர் சொல்கிறார்:
நானா
நீச்சல் மறக்கக் கற்க
முயல்பவன்
என் நீச்சலை
ஒவ்வொருவருக்கும் மொண்டு ஊற்றி
எனக்குள் இருக்கும் தரை காண
விரும்புகிறேன்
தரைதட்டிக் கிடக்க விரும்புகிறேன்
அதன் பின் என் மேல்
ஆழிப்பேரலை அடித்தாலும் கவலையில்லை
புதிய கடல் என் மேல் தோன்றினாலும்
கவலையில்லை
எனக்கு நானே சொல்லிக்கொள்வேன்
நான் புதிய கடலின் ஆழ்மனம் என்று
பழைய கடல் எனக்கு வேண்டாம்
நீரின் தொன்மமாய்
கடலின் தொன்மமாய்
உடைந்து மூழ்கிய கப்பலுக்குப் பக்கத்தில்
கதைபேசிக்கொண்டிருப்பேன்
நீந்தாமல்
சாகாமல்
மிதக்காமல்
மூச்சில்லாமல்
நீரடிக் கனவாவேன்

5. சட்டையைக் காப்பாற்றுங்கள்

குழந்தையும் மாஸ்டரும்
பேசுவதைப் பார்த்துக்கொண்டிருந்த நான்
தத்தளிக்க ஆரம்பித்தேன்
ஏதோ ததும்பியது என்னுள்

அவரிடம் போய்க் கேட்டேன்
'நீச்சலை ஏன் மறக்க வேண்டும்
என்று முயல்கிறீர்கள்'

'நீச்சல் என்னையும் சாக விடாது
பிறரையும் சாக விடாது'

'அதற்காகத்தானே நீச்சல்'

'சில சமயம் நீச்சலை விட
சாவு முக்கியம்'

'எப்போதிருந்து முயல்கிறீர்கள்
நீச்சலை மறக்க'

'தற்கொலைக்காக ஆற்றின் பெருவெள்ளத்தில்
குதித்து மிதந்து வந்த ஒரு பாட்டியைக்
காப்பாற்றியதிலிருந்து'

'ஆ! ஆற்றின் பெயர்'

'பாமணியாறு'

'நீச்சலை நீங்கள்
மறக்க முடியாது மாஸ்டர்

நீங்கள் அன்று சட்ரஸின் மேலே
அவிழ்த்துப் போட்ட சட்டை கரைந்து
அதன் நிறம்
நீங்கள் நீச்சல் சொல்லித்தரும்
ஒவ்வொரு குளத்திலும் கலந்திருக்கிறது
அதைத் தூக்கிக் கரையில்
போட முடியுமா என்று பாருங்கள்
ஒரே ஒரு முறை
உங்கள் சட்டையைக் காப்பாற்றுங்கள் மாஸ்டர்
உங்களுக்கு நீச்சல் மறந்துபோய்விடும்'

6. குளம் பேசியதாவது

மாஸ்டர் மாஸ்டர்
நான் ஒண்ணு சொன்னா
நீங்க தப்பா எடுத்துக்க மாட்டீங்களே
தப்பா எடுத்துக்க மாட்டேன்டா
கண்ணு

நான் ஒரு நிமிஷம்
இந்தக் கம்பியைப் பிடிச்சிக்கிட்டே
ஓரமா நிப்பேனாம்
அப்புறமா நீந்துவேனாம்

போடா டைனோசர் மண்டையா
என்று சொல்லித்
தூக்கித் தண்ணீரில் வீசுகிறார் மாஸ்டர்

இந்த நாடகம் கண்டு
குபீரென்று சிரிக்கும்
மற்ற பிள்ளைகளின் அம்மாக்கள்
நாளைக்கும் இதே நேரத்தில்
வாடா குழந்தை
என்று கேட்டுக்கொள்கிறார்கள்
தினமும் இதே கெஞ்சல்
இதே வீசல்
அப்புறம் தத்தளிப்பு
தத்தளித்தே
நீச்சல் குளத்தின் மறுமுனையை
அடைகிறான் குழந்தை
மறுபடியும் கெஞ்சல்
மறுபடியும் மாஸ்டர் தூக்கியெறிய
மறுபடியும் தத்தளித்து மறுமுனை

தான் செய்தது
தத்தளிப்பு என்று நினைத்து
ஓரக் கம்பியைப் பிடித்து
நடுங்கிய
குழந்தையை
அது நீச்சல்தான் என்று நம்ப வைக்க
நீச்சல் குளம் பேசியதாவது:

'தத்தளிப்புதான் நீச்சல் குழந்தை
ஆனால்
தத்தளிப்பு நீச்சல் இரண்டையும் பிளந்து
நடுவே அச்சத்தின் வெள்ளம்
கரைபுரண்டோடுகிறது
முதலில் தத்தளிப்பிலிருந்து
நீச்சல் நோக்கி நீந்து
மறுமுனை தொட்டுத் திரும்பிப்
பார்த்தால்
உன் தத்தளிப்பு தரை வறண்டு கிடக்கும்'

7. அல்லிக்குப் பெயர் வைப்பாயா

இந்தச் சிற்றேரி கண்டதும்
அதன் அல்லி தாமரை இலைகள் மூடிய
அழுக்கு நீர்ப்பரப்பைக் கண்டதும்
தாவக் குதிக்கத் துடிக்கிறது மனம்
நடுவே இலைகளற்ற நீர்வழியில் நடந்துசென்று
கைகளை விசிற ஆரம்பிக்கிறேன்
தொடர்ந்து அடித்துவிட்டுத்
தரையில் கால்வைக்காமல்
நிமிர்ந்து பார்க்கிறேன்
நேரத்தில் கடந்தது நொடிகளா ஆண்டுகளா
தெரியாது
தூரத்தில் மிகச் சில அடிகளே
ஆனாலும் அது நீச்சல்
சிரமப் பிரசவம்
ஆனாலும் அது குழந்தை

அப்போதுதான் பிறந்து
பிறந்தவுடனே அவ்வேரியின்
பவள அல்லி நிறம் சூடிய உதடுபிளந்து
கேட்டது அக்குழந்தை:

நேரத்தையும் தூரத்தையும்
ஒரே சமயம்
ஒரே அளவில் கடக்க முடியாதா
மேலும் கேட்டது:
அப்படிக் கடந்து நீ பறிக்கும் அல்லிக்கு
நீச்சல் என்று பெயர் வைப்பாயா

8. மீன்குஞ்சு

ஆற்றில் பிடித்த சின்ன மீனையெல்லாம்
கிணற்றில் விட்டுவா
என்றீர்கள் சித்தப்பா
கிணறுவரை போய்விட்டுத்
திரும்பி வந்து
நடுவிலா ஓரத்திலா
என்று உங்களைக் கேட்டதற்கு
கிணற்றில் இறங்கி
அடித் தரையில் என்றீர்கள் சித்தப்பா
மீன் குஞ்சுக்கு
நீந்தக் கற்றுக்கொடுக்க வேண்டாம்
என்று எனக்கும் தெரியும் சித்தப்பா
ஆனால் ஆற்று மீனுக்குக்
கிணற்றைக் கற்றுக்கொடுக்க வேண்டுமா
வேண்டாமா என்று
எனக்குத் தெரியவில்லையே சித்தப்பா
எனக்கு இன்றுவரை யாரும்
கிணற்றையும் ஆற்றையும்
கற்றுக்கொடுக்கவில்லையே சித்தப்பா

9. சாம்பலின் நீந்தல்

நீச்சல் தெரிந்திருந்தாலும்
குடமுருட்டியிடம் தோற்றபின்

முதல் பாதி வாழ்க்கையின்
வடவாற்றிலும்[1] சரி
இரண்டாம் பாதி
பாமணியாற்றிலும் சரி
எந்த ஆற்றிலும் நீந்தவே இல்லை
அந்தச் சிறுவன்

ஆழம் குறைந்த
ஓரக் கரையில்
தலைமூழ்கி
எழுந்துவருவதோடு சரி

பாதி நீச்சலைக்
குடமுருட்டி
கொண்டுபோக
மீதி நீச்சலைத்
தன்னிடமே வைத்திருந்தான்

வா வா
என்னிடம் உள்ள
நீண்ட பாத்திரம் கொண்டு
உன் குறைநீச்சலை
அளந்து அளந்து
பார்க்கிறேன்
என்று

எத்தனையோ முறை
அத்தனை ஆறுகளும் கெஞ்சியபோதும்
அந்தக் குரல்கள் நுழையாமல்
தன் செவிகளைத்
தன்னக்கட்டிக்கொண்டான்
தன் பிள்ளைகளிடம்
சொன்ன கதையில் மட்டும்
குடமுருட்டியில்
இறுதிவரை நீந்திக்கொண்டிருந்தான்
அவன்

தலைமுறைகளின்
நீச்சலைத்
தன் பிள்ளைகளை விட்டுக்
காவு வாங்கிவிட்டாள்
காவிரி

எந்த நீச்சலையும் விட
தன் விந்து நீச்சலின் வேகம்
தன்னைக் கடந்தும்
சென்றுகொண்டே இருக்க வேண்டுமென்பதில்
காவிரியையும் மிஞ்சி
அவனையே அறியாத பிடிவாதம்
அவனுக்கு

வடவாற்றில் அவன் சாம்பலை
அவன் பிள்ளைகள் கரைத்துவிட்டு
அங்கேயே குளித்தபோது
சாம்பலிலிருந்து
மீதி நீச்சலை
இழை பிரித்துக்
காவிரி எடுத்துக்கொண்டாள்
கரைதூக்கிப் போட்டுக்
காப்பாற்ற வாகாய்ப்
பற்றுதற்கென்று
கற்றை முடியேதுமில்லா

சாம்பல் அது

கரைத்த தலையிலும்
மொத்த முடியை
எடுத்துச் சென்ற சாம்பல் அது

கடலுக்குப் போகாமல்
வழியிலேயே சுவறிப்போகும்
வடவாறு
அவன் செவியின் மந்திரத்தை
யாரிடம் போய்ச் சேர்த்திருக்கும்

இனி தொடரும் தலைமுறைகளின்
வழிவழி
தொடருமே
சாம்பலின் நீந்தல்

10. பனிக்குடப் பெருங்கடல்

பனிக்குட முருட்டிய
என்னைக் கரையில்
இழுத்துப் போட்டது
எவர் கைகள்

இழுத்துப் போட்ட
கரையில்தான் தவிக்கிறேன்
தத்தளிக்கிறேன்

பனிக்குட நீர்ப்பரப்பின்
சிறைவைக்கும்
ஓரிடச் சுழிப்பிலிருந்து
ஒரே நேரம்
எல்லாத் திசையிலும்
இழுக்கும் சுழிப்புக்குள் வந்து
ஆட்படுவேன் என்று
கருவில் கூட நினைத்துப்
பார்த்ததில்லை

என்னை இழுத்து வெளியில் போட்டது
எவர் கை
அவர் கை தேடுகிறேன்

வெகுகாலமாய்

இப்போதுள்ள பனிக்குடமும்
உடைந்தால்
எச்சுழிப்புள் அக்கை கொண்டுசேர்க்குமோ
அதனுள்ளும் நீச்சல்போடக்
கற்றுத்தருகிறேனென
காணும் ஆறுகுளமேரிகடலெல்லாம்
கைதட்டி அழைக்கச்
செவிபொத்தி நடக்கிறேன்

பனிக்குடப் பெருங்கடல் தாண்டி
நீந்துவர் நீந்தார்
மாயக் குடமுருட்டி மனமாகி
உலகு காண்பர்

11. நீரல்ல வாழ்வல்ல

இழுத்துப் போட்ட கை
காணவில்லை
கரையில் வந்து விழுந்த
மீன் காணவில்லை

இழுத்த விசை
அப்படியே
இருக்கிறது

அது தலைமுறை
தலைமுறையாய்
மயிர் பற்றி
இழுத்து வெளியில்
போடுகிறது வாழ்வை

நீரல்ல
வாழ்வல்ல
விசைதான் குடமுருட்டி

12. நீந்துபுனல்

பிறப்பு
ஒரு நீச்சல் மறதி
இறப்பு
அந்த மறதியின்
முகத்துவாரம்

குறிப்பு:

வடவாறு: தென்பெரம்பூரில் வெண்ணாற்றிலிருந்து வெட்டாறு, வெண்ணாறு, வடவாறு ஆகிய மூன்று ஆறுகள் பிரிகின்றன. இதில் வடவாறு மூவர்கோட்டை என்ற ஊரில் கண்ணனாறு என்றும் வடவாறு விஸ்தரிப்பு என்றும் பிரிகிறது. அந்த இடத்தைத் தாண்டியும் வடவாறு விஸ்தரிப்பு உள்ளூர் மக்களால் வடவாறு என்றே அழைக்கப்படுகிறது.

7. அண்ணனின் தூண்டிலைத் திருடிய அப்பா

1. தூண்டிலில் தப்பாத மீன்கள்

அண்ணன் நீந்திப் பார்த்ததில்லை
அவன் தம்பி
ஆனால்
நீந்துவதெல்லாம்
அண்ணனுக்குப் பிடிக்குமென்று
தெரியும் அவனுக்கு

கரையில்
அண்ணனுக்கு அருகமர்ந்து
வேடிக்கை பார்க்கிறான்
அண்ணனுக்கு
எந்த உதவியும்
தன்னால் செய்ய இயலாத
குற்றவுணர்வுடன்

ஒரு புழு தோண்டத் தெரிகிறதா
உனக்கு
புழுவை முள்ளில் மாட்டத் தெரிகிறதா
உனக்கு
ஒரே ஒரு மீனைப் பிடிக்கத் தெரிகிறதா
உனக்கு

பிடித்த மீனை உருவி
ஒழுங்காய்ப் பையில் போடத் தெரிகிறதா
உனக்கு

மீனின் பெயர் தெரிகிறதா
உனக்கு

ஆம்
ஏன் தெரியவில்லை தனக்கு
யோசிக்கிறான் தம்பி

அண்ணன் இல்லாதபோது
எல்லாம் ஒழுங்காய்ச் செய்யும் தனக்கு
அண்ணன் அருகில்
எல்லாம் மறந்துபோகிறதே ஏன்
யோசிக்கிறான் தம்பி

பெருநினைவுக்கு அருகில்
அரைநினைவு
இற்றுப்போகிறதே ஏன்
யோசிக்கிறான் தம்பி

அண்ணனின் அண்மையே
ஒரு பெரும் தூண்டில்
அதனிடம்
எல்லாம் புழுதான்
எல்லாம் மீன்தான்
என்று தெரிந்தபோது
அண்ணனிடமிருந்து ஓட ஆரம்பித்தான்

வெகு தொலைவு
ஓடிவந்தபின்
நின்று ஆறுதலாய்
ஓரிடத்தில்
உள்மூச்சு வெளிமூச்சு வாங்க
நின்றபோது
வெடுக்கென்று
உள்ளுக்குள் ஏதோ இழுத்துத்
துடித்தபோதுதான் தெரிந்தது அவனுக்கு

சேய்மைதான்
அண்ணனின் தூண்டில் நரம்பென்று

2. மீனின் நடனம்

அண்ணன் மீன் பிடிக்கிறான்
தம்பி வேடிக்கை பார்க்கிறான்

முள்ளில் புழு நுழைப்பது
நீரில் நரம்போடு எறிவது
தக்கையின் அசைவில்
கண்ணூன்றுவது
தக்கையின் துடிப்பில்
துடிப்பற்றிருப்பது
வெடுக்கென்று துடிப்பை
நீரிலிருந்து பிடுங்குவது
நீரிலிருந்து கரைநோக்கி வரும் மீனைப்
பார்த்த பார்வையில்
அரைவளையம் அந்தரத்தில் பதிப்பது
மனமெல்லாம் தூண்டிலாய் மாற்றிய
உடலொன்றின்
தனி நடனம்தான் அது

ஆட வேண்டிய நேரத்தில்
ஆடாமல் இருக்கும் வித்தை அது

அமைதியை உறையவைத்து
ஆடும் அந்நடனம் கண்டு
தம்பிதான் ஆர்ப்பரிக்கிறான்

3. நீச்சலை அணைக்கும் கரை

அண்ணன் மீன் பிடிக்கிறான்
தம்பி வேடிக்கை பார்க்கிறான்

ஒவ்வொரு மீனும்
மீதி நீச்சலை
அந்தரத்திலும்
கரையில்
வந்துவிழுந்த இடத்திலும்
நீட்டிக்க
அண்ணன் பார்த்துக்கொண்டே இருக்கிறான்
தன் பார்வையே
வந்து விழுந்த மீனின்
நீச்சலை
ஆற்றுப்படுத்திவிடும்
என்பதுபோல

ஒரே ஒரு முறை
பனையேறிக் கெண்டையைக்
கையிலெடுத்துத்
தம்பியைப் பார்த்துச் சொன்னான்
‘மீன்குஞ்சுக்கு ஆற்றில் மட்டுமல்ல
கரையிலும் நீந்தப் பழக்கக் கூடாது’

4. ஆற்றுக்கும் அந்தரத்துக்கும் என்ன வேறுபாடு

அடுத்தடுத்து மீன் கிடைக்கும்போதும்
அண்ணன்
அமைதியாய் இருந்தான்

மீனே கிடைக்காதபோதும்
அண்ணன் அமைதியாய் இருந்தான்

அண்ணன்
மீனைப் பிடிக்க வந்தவன்போல்
இல்லை
ஆற்றைப் பிடிக்க வந்தவன்தான்
அவன்

மீனுக்கு ஒரு தூண்டிலைப் போட்டுக்கொண்டே
ஆற்றுக்கும் ஒரு தூண்டிலைப் போட்டுக்கொண்டிருந்தான்

ஆற்றின் தூண்டிலுக்குச்
சிக்காமல் தப்பிய ஒரு மீனின்
மூத்த குஞ்சு போடும்
பழிவாங்கல் நாடகம் அது

இப்போதில்லையென்றாலும்
எப்போதாவது பிடித்துவிடுவோம்
என்று அண்ணன் பொறுமை காத்தான்

ஆற்றின் மனதை
ஒவ்வொரு மீனின் நீச்சலையும்
அடக்கித்தான் படிக்க முடியும்
என்று நினைத்தான்

ஒவ்வொரு மீனும்
முள்ளில் மாட்டி
நீரிலிருந்து மேலேறும்

ஒவ்வொரு நொடியிலும்
ஆற்றுக்கும் அந்தரத்துக்கும்
என்ன வேறுபாடு
என்று எப்பாடுபட்டாவது
கண்டறியத் துடித்தான்
கரையில் வந்துவிழுந்து
துடிக்கும் மீன்
தன்னிடம் இறுதிச் செய்தி ஏதும்
சொல்லுமா
என்று ஒவ்வொரு முறையும்
அதை உற்றுப் பார்த்தான்

ஒருநாள் மீன்பிடிப்பதை
அடியோடு நிறுத்திக்கொண்டான்
அண்ணன்

ஒருநாள் தம்பி
தூண்டிலை எடுத்துக்கொண்டு
மீன்பிடிக்க அண்ணனை
அழைத்தபோது
அவன் மறுத்துவிட்டான்
'இனி நான் மீன்பிடிக்கப் போவதில்லை'
என்று

ஏன் என்று பார்த்த தம்பியிடம்
சொல்ல நினைத்தான்
ஆனால் சொல்லவில்லை

'கடைசியாய் ஒரே ஒரு மீன்
வாய் திறந்து என்னிடம் சொன்னது
மூச்சுதான் நீச்சல்
இரண்டும் ஒன்றாய் இல்லாவிட்டால்
வாழ்வும் சாவும்
ஒன்றாகிவிடும் என்று'

5. சுளிவு

ஆறு மீனல்ல
பாம்பு
அண்ணனுக்குத் தெரியவில்லை
அப்பாவுக்குத் தெரிந்திருந்தது

தெரிந்ததால்
அப்பா சுளுக்கி செய்தார்
தெரியாததால்
அண்ணன் தூண்டில் செய்தான்

கரை அனுப்பும்
பாம்புகளைக் கொன்ற பிறகெல்லாம்
ஆற்றை அடக்கிய
ஒரு வீரனைப் போல்தான்
அப்பா நடந்துவந்தார்

நெளிவு
வளைவு
சுளிவு
சுழிவு
கண்டு
அச்சம் அவருக்கு
அதையெல்லாம்
அடக்கித்
தன்னிடம் வைத்திருக்க
முறுக்கிக்கொண்டே இருப்பார்
எப்போதும் மீசையை

சொல்
பார்வை
மீசை
எல்லாவற்றிலும்
சுளுக்கி ஏந்திக்கொண்டே
திரிபவர் அவர்

பிறகென்ன
அண்ணன் ஏந்தித் திரியும்
அமைதியில் மிதக்கும் தக்கை
அப்பாவின் ஆர்ப்பாட்டச் சுளுக்கியிடம்
தோற்றுத்தானே ஆக வேண்டும்

6. பின்னோக்கி நடக்கும் குழந்தை

அப்பா குடிகாரர்
புகைபிடிப்பவர்
முன்கோபக்காரர்
இங்கிதமற்றவர்
கெட்டவார்த்தை பேசுபவர்
அண்ணன்
இவை எதுவுமில்லை

அப்பாவால் தண்டிக்கப்பட்டு
அப்பாவை வெறுத்து
தூர தூர ஓடியவன்

கால்நூற்றாண்டு
அப்பாவுடன் பேசாதவன்

மூத்தோன் என்பதால்
தொலைவில் இருந்துகொண்டும்
தலையில் தன் குடும்பம்
தூக்க முடியாமல்
தூக்கிக்கொண்டோடத்
திணிக்கப்பட்டவன்

அப்பாவின் ஆட்டங்கள்
அடங்கி
உயிர் ஒடுங்கிக்கொண்டிருக்கும் நாட்களில்
அப்பாவிடம் திரும்பிவந்தவன்

அப்போது அவனுக்கு
அப்பா வேறு எதுவுமில்லை
பின்னோக்கிச் செல்லும்
குழந்தை
அவ்வளவுதான்
பார்த்துக்கொண்டே இருக்கிறான்
மெதுவாக மூச்சு அடங்கிக்கொண்டிருக்கிறது

பதினொன்றாம் வகுப்பில்
தேர்ச்சி பெறாததற்குக்
கம்பு எடுத்துக்கொண்டு
தெருவில்
துரத்தித் துரத்தி அடித்த அப்பா

தெருப் பெண்ணுக்குக் காதல் கடிதம்
கொடுத்ததற்குத்
தெருவிலக்கம் செய்து
தெருப்பஞ்சாயத்தில் தீர்ப்பளித்த அப்பா

திரும்பத் திரும்ப
வாழ்வில்
அலங்கோலத்தைத் திணித்த அப்பா

பார்த்துக்கொண்டே இருக்கிறான்
மெதுவாக மூச்சு அடங்கிக்கொண்டிருக்கிறது

சன்னமான
ஒவ்வொரு மூச்சும்
வெளியேறும்போது
அவ்வளவு சன்னம்கூட
வந்துரசி
வெறுப்பும்
கசப்பும்
பட்ட இலைகளாய்
பட்ட மலர்களாய்த்
தன்னிடமிருந்து
ஒவ்வொன்றாய் உதிரக் கண்டான்

சட்டென்று
அவனுக்கு மறந்துபோகிறது
அப்பாவை ஏன் முன்பு
வெறுத்தோம் என்று

கண்ணை மூடிக்
காரணங்கள் தேட முயன்றபோது
சட்டென்று
எல்லோரும் பெருங்குரலெடுக்க
ஏனென்று உணர்வதற்குள்
அவனிடமிருந்து
கண்ணீர் துளிர்க்க
'அப்பா' என்று
சற்றே இங்கிதமாகவே
கத்திவிட்டான்

இப்போது அண்ணனின்
தூண்டிலைத்
தான் வைத்திருக்கும்
அமைதியில்
அப்பா உறைந்திருந்தார்

8. கருப்பு சிவப்பாய் ஒரு ஆறு

மனக் குகையில் சிறுத்தை எழும்
– பெரியார் குறித்து பாரதிதாசன்

1. நெடுந்தாடி முனியாறு

கருப்பு சிவப்பாய்
ஓடிக்கொண்டிருக்கிறது ஒரு ஆறு

அது
குறுமுனி யொருவன் கமண்டலத்திலிருந்து
புறப்பட்டதாய்க்
கதை சொல்லப்படும்
காவிரி அல்ல

நெடுந்தாடி முனியொருவன் கைத்தடி
தரையில் தட்டிய இடத்திலிருந்து
கருப்பாய் புறப்பட்ட ஆறு அது

வழியில் சிவப்புப் பூவையும்
பறித்துக்கொண்டு ஓடுகிறது

குடமுருட்டியில் தப்பியவனைக்
கரையேற்றிய ஆறு

இன்னும் மூழ்காமல் பலரையும்
கரையேற்றிய ஆறு
எல்லோரும் இறங்கலாம்
என்று சொன்ன ஆறு

எல்லோரும் நீந்திக் களிக்கலாம்
என்றழைத்த ஆறு

ஏற்கெனவே குளித்த ஆறுகளை
எடுத்துக்கொண்டு போன ஆறு

2. ஆற்றைச் சுருட்டித் தோளில் போட்டவன்

அந்த ஆற்றை ரொம்ப நாளாய்
அமைதியாய்ப் பார்த்துக்கொண்டே
இருந்தான் அவன்

அதன் கரையில் மட்டுமே
சற்று நிமிர முடிகிறது
அவனுக்கு

ஆறு தனக்கு ஏதாவது கொடுக்கும்
என்று தெரியும்
அவனுக்கு

ஆனால்
அதனிடம் என்ன கேட்பதென்றுகூட
இதுவரை தெரியாது
அவனுக்கு

அவனுக்குத் தெரியாது
கேட்பவருக்கு மட்டுமல்ல
கேட்காதவருக்கும் சேர்த்து
ஒரு பூதம் வெளிவரும்
அந்த ஆற்றிலிருந்து என்று

அப்படித்தான் வெளிவந்தது அந்த பூதம்
வரம் தர வந்த பூதமில்லை
ஆணையிட வந்த பூதம்

'இன்னும் என்ன பார்க்கிறாய்
சிறிய மனிதன்
என்று நம்ப வைக்கப்பட்ட உன்னை
யாருக்கும் இளைத்தவனல்ல
என்று ஆக்கிக்கொள்'
என்று அவன் காதில் மந்திரம் ஓதிய பூதம்

கரையிலிருந்து குனிந்து
ஆற்றை எடுத்துத்
தன் தோளில் போட்டபோது
துண்டாய்ப் படிந்தது
இறுதிவரை அகலாதபடிக்கு
சைக்கிளை முன்செலுத்த
அழுத்தியபோதெல்லாம்
எதிர்த் திசையிலிருந்து
வந்து விழுந்த மரியாதைகளைத்
தன் குழந்தை
வாங்கித் திரட்டிக்கொண்டே வர

தன் மரியாதை
தன்னுடையதல்ல
தன் பிள்ளைகளுக்கானது
அதற்காகவே இன்னும் இன்னும்
சைக்கிள் மிதிக்க வேண்டும் என்று
அவன் வேகமாக
மிதிக்க ஆரம்பித்தான்
தோளில் சுமந்த ஆற்றைக்
காற்றில் அசைந்தாட விட்டு

3. எதிர்சாமி

மன்னார்குடி ராஜகோபாலசாமியின்
பெரிய கோயிலுக்குக் கொஞ்சம் முன்னே
நிற்கிறது
ராமசாமியின் சிலை

அது எப்போதிருந்து அங்கே நிற்கிறது
என்று அவனுக்குத் தெரியாது
சாமி பிறந்தபோதே
அதை இல்லை என்று மறுப்பதற்காகப்
பிறந்த எதிர்சாமியோ என்று
பின்னாளில் நினைத்துக்கொண்டான்

உள்ளே இருப்பவர்
என்னை விடவும் பெரியவர் இல்லை என்று
உணர்த்தியதற்காகக் கோயிலிலிருந்து
சற்று முன்னே தள்ளிவைக்கப்பட்ட
எதிர்துவாரபாலகரோ
என்றும் நினைத்ததுண்டு

'இவர் யாரப்பா'
என்று முதன்முதலில்
அப்பாவிடம் கேட்டபோது
'சாமி இல்லன்னு சொன்ன பெரிய தாத்தா
பெரியார் தாத்தா
ராமசாமி தாத்தா' என்றார்

'தாத்தாவும் சாமிதானே
அவர் இதோ இருக்குறாரே
எப்புடி இல்லைன்னு ஆவும்'
என்று கேட்டதற்கு
அப்பா சொன்னார்

'சாமி இல்லன்னு சாமியே
சொல்லும்போது
நம்பித்தான் ஆவணும்
என் குஞ்சாமணிக் குட்டி'

4. செப்டம்பர் - 2001

இதோ டீ சாப்பிட்டு வந்துவிடுகிறேன்
என்று ராயப்பேட்டையிலிருந்து
கிளம்பிப்போனவர்
ரொம்ப நேரம் கழித்துத் திரும்பிவந்தார்
'பாத்துட்டேன்' என்று
'எங்கே போயிருந்தீங்க
ஏன் இவ்வளவு நேரம்
தெரியாத இடத்துல
எங்காவது தொலைஞ்சுபோயிருந்தா
எவ்வளவு கஷ்டம்'

'பாக்கணும்னு ரொம்ப துடிப்பு
பாத்துட்டேன்'

'எங்கே போனீங்க
என்ன பாத்தீங்க'

'ராயப்பேட்டையிலருந்து பக்கமுன்னு சொன்னாங்க
நடந்தே போயிடலாம்னு சொன்னாங்க'

'ஓ உங்க தலைவரப் பாத்துட்டீங்களாக்கும்'

'இல்லை இல்லை
தலைவர் வீட்டைப் பாத்துட்டேன்
தலைவரத்தான்
எத்தனையோ முறை
பக்கத்திலேயே பாத்திருக்கேனே
தலைவரோட வீட்டப் பாக்கணும்
அதுதான் ரொம்ப நாள் ஆசை
இப்போ பாத்துட்டேன்'

இதுவரை
தன் தலைவரைப் பார்த்த
அப்பாவின் முகத்தைதான்
அவன் பார்த்திருக்கிறான்
இப்போது
தன் தலைவர் வீட்டைப் பார்த்துவிட்டு வந்த
அப்பாவின் முகத்தை
முதன்முதலில் பார்க்கிறான்

அவனே பார்த்திராத
அந்த வீட்டை
அப்பாவின் முகத்தில்
மிக மிகத்
தெளிவாய்ப் பார்த்தான்

அந்த வீடு பெருமிதத்தின் மீது
அமைதியாய்
விண்ணளாவியிருந்தது

5. பெரியதோர் துண்டு

ஊழல் பட்டியல்
வாரிசு அரசியல்
மதவாதக் கட்சிக் கூட்டணி
என்றெல்லாம் தன் மகன்
எவ்வளவோ ஏவினாலும்
தன் துண்டை உதறி
வீழ்த்திக்கொண்டே இருந்தார் அப்பா
அந்த அஸ்திரங்களை

நீங்களும்
இத்தனை ஆண்டு
கட்சியில் இருக்கிறீர்கள்
என்ன கண்டீர்கள்
இப்போது வந்த
குடும்ப வாரிசுகளுக்கு
எத்தனை பதவிகள்
எத்தனை பொறுப்புகள்
நமக்கோ
புறம்போக்கு வீட்டுக்குப்
பட்டா கிடைத்துவிட்டதா
சொந்தமாக ஒரு சதுர அடி
வயலாவது இருக்கிறதா
அப்போதும்
துண்டை உதறி
வீழ்த்திக்கொண்டே இருந்தார் அப்பா
அந்த அஸ்திரங்களை

எவ்வளவு போராடினாலும்
தன் துண்டை உதறி
வீழ்த்திவிடுகிறாரே

என்று சலித்துப்போனது
அவனுக்கு ஒரு கட்டத்தில்

தனக்கு இருக்கும்
ஒரே அஸ்திரம்
தன் துண்டுதான்
அதைக் கொடுத்த
தன் தலைவரை எப்படி நான்
மறுதலிப்பேன்
என்பதைச் சொல்லத் தெரியாமல்தான்
அப்படி அவர்
உதறிக்கொண்டே இருந்திருக்கிறார்

இதை அவர் மகன் உணர்ந்தபோது
அப்பாவைப் படுக்க வைத்து
அவர் மேல்
அதைவிடப் பெரிய துண்டை
மூடியிருந்தார்கள்
கருப்பு சிவப்பில்

6. அநாதைக் கொடி

கட்சிக்காக
எவ்வளவு கொடி பிடித்திருப்பார்
அவர் சாவுக்குக் கொடி பிடிக்க
யார் வந்தார்கள்
நாம்தான் வாங்கினோம்
நாம்தான் மூடினோம் என்று
அண்ணன் பொங்கினான்

அப்பா இருந்திருந்தால்
சொல்லியிருப்பார்
'அடப் போடா இவனே
கொடி என் மேல கிடக்கிறதைவிட
வேறென்ன வேணும் எனக்கு
அவனுவோ வர்றானுவோ
வராம போறானுவோ'
என்று

7. உலகெலாம் அப்பாவின் மிக்சர்

அப்பாவின் துண்டை
எல்லோரும் சேர்ந்து தொலைத்துவிட்டார்கள்
அவருக்கு அது சுயமரியாதை
தந்த துண்டு என்பதெல்லாம்
அப்புறம்

அவனுக்கோ
அலுவலகத்தின்
பணிஓய்வு விருந்துகளில் தரப்படும்
மிக்சர் இனிப்புகளைத்
தானுண்ணாமல்
கடைக்குட்டிக்குப் பொதிந்து
அப்பா
கொண்டுவரும் துண்டு அது

அப்போது மட்டுமே
அவர் தோளில் படியாத துண்டு அது

உலகத்தின் ஒட்டுமொத்த
மிக்சரையும்
பொதிந்துவிடும் துண்டு

கடைக்குட்டிக்காக
இன்னும் மிக்சர் கொண்டுவரப்
போயிருக்கிறது போல

8. பல்லாக்கு

> பல்லாக்கைத் தூக்காதே
> பல்லாக்கில் நீ ஏறு
>
> - கண்ணதாசன்

'இங்கேயே
சைக்கிளைப் புடிச்சிக்கிட்டு நில்லு
சூசை மாமாவ
உள்ள போயிப் பார்த்துட்டு
உடனே வாரேன்' என்று சொல்லிவிட்டு
அப்பா சென்றதும்
அந்தச் சிறுவனுக்கு வேடிக்கை பார்க்க
அதிகம் இருப்பதுபோல் தெரியவில்லை

பக்கத்தில் நின்றிருந்த தாத்தாவை
நிமிர்ந்து பார்த்தான்
இவ்வளவு கருப்பு
எங்கிருந்து இந்தத் தாத்தா
பூசிக்கொண்டார் என்று
சிரிப்பு வந்தது அவனுக்கு

எத்தனையோ முறை
அவரைக் கடக்கும்போதெல்லாம்
மனதில் எழுந்த கேள்வியை
இப்போது கேட்டாலென்ன

சுற்றிலும் பார்த்துவிட்டு
அவரைக் கேட்டான்
'அதோ அந்தக் கோயிலைப் பாருங்க தாத்தா
உள்ளே போயிருப்பீங்க இல்லையா
எவ்வளவு அழகா இருக்கு
எவ்வளவு சிலைகள் இருக்கும்
யானை இருக்கும்
நந்தவனம் இருக்கும்

கோயில் இல்லைன்னா
திருவிழா நடக்குமா
பொம்மைக் கடை
ராட்சச ராட்டினம்
டெல்லி அப்பளம் கடை
எல்லாம் வருமா
தேரெல்லாம் எவ்வளவு அழகு
வெட்டுக்குதிரை எவ்வளவு அழகு
எல்லாத்தையும் விடுங்க
வெண்ணெய்த்தாழி எவ்வளவு அழகு
சாமி மேலேயும்
அய்யர் மேலேயும் அடிக்கிற
வெண்ணெய் வழிய வழிய
பல்லாக்கு தூக்கிட்டு வருவாங்களே
எவ்வளவு அழகு
சாமியாலதானே எல்லாம்
ஏன் தாத்தா சாமி இல்லை
சாமி இல்லைன்னே எப்போ பாத்தாலும்
சொல்லிக்கிட்டு இருக்கீங்க'

குழந்தை கேட்டால் தாத்தா
எவ்வளவு கல்லாக இருந்தாலும்
பேசித்தானே ஆக வேண்டும்
'சாமியாலதானே எல்லாம் குழந்தை
அதனாலதான் சொல்லுறேன்
சாமி இல்லை சாமி இல்லைன்னு
பல்லாக்கு அழகுதான் குழந்தை
சாமி அழகுதான் குழந்தை
நீயும் அழகுதான் குழந்தை
நீயே பல்லாக்கில் ஏறு
நீயே உன் பல்லாக்கைத் தூக்கு
நீயே உன் பல்லாக்கு ஆகு
உனக்கும் இதுதான்
உன் சாமிக்கும் இதுதான் குழந்தை'

9. கோஷமிட்ட தீ

முன்னவர்
இறுதி ஊர்வலத்தில்
தான் கண்டதையெல்லாம்
கதைகதையாய்ச் சொன்னாரே அப்பா

ரயில்கூரையில் பயணித்ததையும்
பாலம் தட்டிப் பலபேர் மடிந்ததையும்
சென்னையே சேர்ந்து நகர்ந்ததையும்
மேலேறியவர்களின் பாரம் தாங்காமல்.
மரக்கிளைகள் முறிந்து விழுந்ததையும்
உலகத்திலேயே இப்படியோர்
இறுதி ஊர்வலம்
வரலாறு கண்டதில்லை என்பதையும்
சொல்லிச்சொல்லி மாய்வாரே அப்பா

பின்னவர் இறுதி ஊர்வலத்தைக்
காண விடாத உடலுக்குள்
முடங்கிக்கிடந்த அப்பாவுக்காக
நான் போனேனே ஐயா

ஆ ஆ அது இறுதி ஊர்வலமா
கல்யாண ஊர்வலம் ஐயா

ஊர்தி கடக்கும் இடமெல்லாம்
நின்று நின்று
ஆயிரமாயிரம் தற்படங்கள்
ஆயிரமாயிரம் நாடகங்கள்
தலைவனுக்காகக் குத்தாட்டங்கள்

முன்னவர் காலம்
ஓங்கி உயர்ந்தெழுந்த
அழுகையின் காலமென்றால்
பின்னவர் காலமோ

அழுகைக்கு விடைகொடுத்த
ஆர்த்தெழும் காலம்

அப்பாவுக்காகத்தான்
வேடிக்கை பார்க்கப் போயிருந்தேன் ஐயா
ஆனாலும் அப்படி ஆகிவிட்டது
உடன்வந்திருந்த அய்யர் பையன்
ஊர்தி அருகே கடக்கும் தருணம்
அப்படி ஒரு குரலில் ஓலமிட்டான்
'முத்தமிழறிஞர்
சமத்துவ நாயகர்...'

ஊர்தி மேலே ஒரு உருவம் மட்டும்
மௌனி கதையின் யாளியாய்
தன் விஸ்வரூபத்தால்
அந்த கோஷத்தை ஆசிர்வதித்ததை
நான் மட்டும் கண்டேன்

சற்றுப் பொறுங்கள் ஐயா
இன்னும் அந்த நொடி முடியவில்லை
இன்னொரு பாதி இல்லாமல்
இழுத்துக்கொண்டே போகுமல்லவா
கோஷமும் நொடியும்

நானே எதிர்பார்க்கவில்லை
பீறிட்டெழுந்தது ஒரு சொல்
என் அடிவயிற்றிலிருந்து

மூடிய வாயென்ன செய்யும்
அப்போது

'வாழ்க'

அதையும் ஏற்றுக்கொண்டு
அமைதியானது யாளி
பூர்த்தியானது நொடியும் கோஷமும்
அமைதியிழந்தேன் நான்

ஆயிரம் ஆயிரம் நூல்கள்
எனக்குச் சொல்லித்தந்தது இதுதானா
நான் படித்த இலக்கியம்
எனக்குச் சொல்லித்தந்தது இதுதானா
ஒரு கவிஞன்
'வாழ்க வாழ்க' கோஷமிடலாமா
என்னை இனி நான்
எப்படி ஏறெடுத்துப் பார்ப்பேன் ஐயா

அடேய் தம்பி
ஏன்டா இந்தப் புலம்பல்
கோஷம் என்ன கெட்ட வார்த்தையா
அறிவு கோஷம் போடாது தம்பி
வயிறு கோஷம் போடும்
அப்படியே இருந்தாலும்
அங்கே இருந்தவன் கண்டவன் கேட்டவன்
மட்டுமே நீ
'வாழ்க'வென்று கோஷமிட்டது
நீயில்லையடா
உன்னை ஓங்கியடித்து
உட்காரவைத்து
மாக்கடியென்று எகிறி குதித்த
உன் ஒப்பன்காரன்டா
உன் ஒப்பன்காரன்டா

ஏனென்றால்
அவன் வயிற்றுக் கவலை
ஓய்ந்த இடத்தில்தான்டா தம்பி
உன் அறிவுக் கவலை
தொடங்கியது

புலம்பலை விட்டுவிட்டு
இன்னொரு மடக்கை எடுத்துக் குடி

10. மன்னார்குடி உங்களை வரவேற்கிறது ஞானக்கூத்தன்!

வணக்கம் ஞானக்கூத்தன்
மன்னார்குடி உங்களை வரவேற்கிறது

நீங்கள் பிறந்த திருஇந்தளூர் சென்றுவிட்டு
கும்பகோணம் வழியே
மன்னார்குடி வந்திருக்கிறீர்கள்
நன்றி

பாரம்பரிய மிக்க ஊர் இது
ஒரு காலத்தில் பத்து வாத்தியங்கள் ஒலித்த
ஒரே ஊர்

ராஜகோபாலசுவாமி தரிசனம் செய்துவிட்டு
இரவு சென்னை திரும்புவது
உங்கள் திட்டம்
எல்லோருக்கும் பிடித்த கோயில் அது

கொஞ்சம் பொறுங்கள்
சுவாமி தரிசனம் முடித்துவிட்டு
ஒரு அலங்கோல தரிசனமும்
பெற்றுச் செல்லுங்கள்

கோயிலுக்கு அருகேதான்
கட்சிக் கூட்டம் ஒன்று
நடக்கிறது

போனால்
உங்கள் கவிதை[1]
திரும்பத் திரும்பத் தன்னை
நிகழ்த்திக்கொண்டிருப்பதைக் காணலாம்
அட

சொன்னபடியே இங்கே வந்தும்விட்டீர்களே
மிக்க நன்றி
இதோ கூட்டம் தொடங்கிவிடும்

நான்காவது வரிசையில்
அப்பா மடியில்
ஒரு சிறுவன் உட்கார்ந்திருக்கிறான்
அவனை மட்டும்
கொஞ்சம் பார்த்து வைத்துக்கொள்ளுங்கள்
எதிர்காலத்தில்
உங்கள் கவிதைகளின் தீவிர வாசகன்
கோபம் கொண்டாலும்
மாற மாட்டான்
உங்களுக்கு ரசிகப்பிள்ளை சம்பவம்
அவனே செய்வான்
அவனை மன்னியுங்கள்

உங்களைப் போலவே
அவன் அப்பாவுக்கும் தமிழ்தான் மூச்சு
வெங்கனல் உமிழப் பிறர் வரும்போது
அது தணிக்க
வேறு வழியில்லாமல்
அவர் மீதெல்லாம்
அவர் விடத்தான் செய்வார்
அவரை மன்னியுங்கள்

ஆஹா இதோ கூட்டம் தொடங்கிவிட்டது
வரவேற்புரை நிகழ்த்துபவர்
மேலவாசல் அண்ணாத்துரை
முதல் முறையாக மேடையேறுகிறார்
'தலைவரார்களேங்' என்று தொடங்கவில்லை
ஆனால் கிட்டத்தட்ட அவர் பேச்சு
அப்படித்தான் இருக்கும்
அவரை மன்னியுங்கள்
அவர் பிள்ளை மேடை ஏற மாட்டான்
மேற்படிப்புக்குப் பட்டணம் போய்விடுவான்

'தொண்ணூறு வாட்டம்' கொண்ட
ஊரில்லை இது
மன்னிக்கவும்
அதனால் அவரை இடைமறித்து
பதிமூன்றாம் வட்டத்தின் சார்பில்
இந்த மலர்மாலையை
அண்ணனுக்கு மணிமாலையாய்
குறுக்கே ஒருவர் சார்த்த வருகிறார்
அவரையும் மன்னிக்கவும்
அவர்கள் 'வாழ்க வாழ்க' எனும்போதும் சரி
அவர்கள் 'ஒழிக ஒழிக' எனும்போதும் சரி
கேட்கச் சகிக்கவில்லைதான்
தங்களுக்குக் குரல் வந்ததை
இப்படித்தான் அறிவிக்கத் தெரிகிறது
அவர்களுக்கு
அவர்களை மன்னியுங்கள்

எல்லாச் சடங்குகளுக்கும்
மந்திரமொழி உண்டு
இவர்களுக்கு அது தெரியாது
அது தெரிந்திருந்தால்
உங்கள் கவிதைக்குள்
இவர்களுக்கு
அவப்பெயர் கிடைக்காமல்
போயிருந்திருக்கும்
மன்னியுங்கள்

ஆனால்
வரலாற்றை நீங்கள்
சாஸ்வதப்படுத்திவிட்டீர்கள்
மேடையில் நிற்பவர்கள்
அந்த நயத்தைக் கற்கத்தான் வேண்டும்
அவர்களை மன்னியுங்கள்

கூட்டம் கலைவதற்கு முன்னே
பேச்சாளர் இன்னும் 'யிருகூட்டம்

பேசயிருப்பதால் வொடய்' பெறும் முன்னே
மேடையமைத்த
பந்தல்செட் பன்னீருக்கும் மாலை
இப்படி அலங்கோலப் பேச்சுகளை
எட்டுத்திக்கும் அதிரவிட்ட
மைக்செட் முனியாண்டிக்கும் மாலை
அவர்களை மன்னியுங்கள்

இடையே பெயர்வைக்க வேண்டி
தன் கைக்குழந்தையுடன் மேடையேறிய
வடுவூர் ராஜமாணிக்கம் குழந்தைக்குப்
'பூங்கொடி'
சேரங்குளம் ஜெயபால் குழந்தைக்கு 'முரசொலி'
என்னென்ன கூத்துக்கள்
அவர்களை மன்னியுங்கள்

மேடை கருவறையல்ல
அதுதான் யார் யாரோ ஏறிவிட்டார்கள்
அதையே சாதனையாகவும்
பேசிக்கொள்கிறார்கள்
அவர்களை மன்னியுங்கள்

தாங்கள் மேடைக்கு வருவதற்குள்
காலம் எங்கோ சென்றதை
அறியாதவர்கள்
ஆனால் மேடையில் இருந்துகொண்டு
காலத்தைத் தங்கள் பின்னே வரவைக்கும்
வித்தை அவர்களையே அறியாமல்
அவர்களி ம் உண்டு
அவர்களை மன்னியுங்கள்

உங்களுக்கு நேரம் ஆகிவிட்டதென்று
எனக்குத் தெரியும்
கலைந்து செல்லும் கூட்டமும்
கூட்டம் சென்ற பின்
வெறிச்சோடும் திடலும்
திரைப்படங்களில் கவித்துவமிக்கதாக

இருக்கலாம்
இங்கே அப்படி இருக்காது
மன்னியுங்கள்

இதனாலெல்லாம் மன்னார்குடிக்குத்
திரும்பவும் வராமல்
இருந்துவிடாதீர்கள்
மன்னார்குடி உங்களை
எப்போதும் வரவேற்கும்

வாய்ப்புக்கு நன்றி கூறி
என் உரையை
இத்துடன் முடித்துக்கொள்கிறேன்
பிழையாகவோ
உங்கள் மனம் புண்படும்படியோ
பேசியிருந்தால்
மன்னியுங்கள்

11. மன்னை மாநகரிலே... என்னோடு மேடையிலே...

நாடகத்தின் முதல் காட்சி:
அவன் வீட்டைக் கடந்துதான்
அவன் அப்பாவின் தலைவர் செல்வார்
தன் நண்பர் வீட்டுக்கு

தலைவர்
நீடாமங்கலம் வருவதற்குள்
தகவல் எப்படியோ
மன்னார்குடி வந்துவிடும்
மகனை அழைத்துக்கொண்டு
வாசலில் காத்திருப்பார்
அப்பா
வீட்டை கார் கடக்கும்போதெல்லாம்
கும்பிட்ட கையோடு
அப்பா நிற்க
டாட்டா காட்டியபடி
குழந்தை நிற்பான்

ஒரேயொரு முறை
பதில் டாட்டா பெற்றதும்
தெருவெல்லாம்
சொல்லித் திரிந்தான்

இன்னொரு முறை
வீட்டருகே கொடியேற்ற
போகும் வழியில் நின்று
காரிலிருந்து இறங்கியபோது
மெலிதாய் அவரைத் தொட்டுவிட்டதைத்
தனக்கான ரகசிய மலராகத்
தன் உள்ளங்கைக்குள்ளேயே
இன்னும் வைத்திருக்கிறான்

நாடகத்தின் அடுத்த காட்சி:
மன்னையைப்[2] பார்க்க வந்தார்
என்றால்
இரவு திருப்பாற்கடலிலோ[3]
தேரடியிலோ[4]
இடிமழை என்று அர்த்தம்
உள்ளூர் நாயகர் பேச்சைத்
தொடங்க
உள்ளூர்களின் நாயகர்
தலையைச் சற்றே சாய்த்து
பேச்சிலா
பெருந்திரளிலா
என்றறிய முடியாத
கருப்புக் கண்ணாடியுடன்
ஊன்றிப்போக

குழந்தை
மாறிமாறி
இருவர் முகத்தையும்
பார்த்துக்கொண்டிருப்பான்

தன்னைத்தான்
அவர் பார்த்துக்கொண்டிருக்கிறாரோ
என்றும்
அவனுக்கு எப்போதும்
தோன்றும்

நாடகத்தை
இதோ தன் கையில்
எடுத்துவிட்டார் மன்னை
‘நான் முன்னே போய்விட வேண்டும்
என் கல்லறையை என் தலைவனின்
கண்ணீர் கழுவ வேண்டும்’

வென்ற பூரிப்பில்
போய் உட்கார்கிறார்

அவர் முடிப்பில் தொட்டதை
இவர் எடுப்பிலேயே தொடுகிறார்
'பேராசை பிடித்தவர் மன்னை
நான்தான் செல்வேன் முன்னே
என் கல்லறை தேடி வருவார் அவர் பின்னே'

திரும்பி
இன்றைய நாடகத்தில்
தான் வென்றதை
நண்பரின் முகத்தில்
எழுதிவிட்டுத் தொடர்கிறார் உரையை

வீடு திரும்பும் போது
நாடக வசனத்தை
ஒப்பித்துக்கொண்டே வருவான் குழந்தை
'பேராசை பிடித்தவர் மன்னை
நான்தான் செல்வேன் முன்னே
என் கல்லறை தேடி வருவார் அவர் பின்னே'

நாடகத்தின் இறுதிக் காட்சி:
கடைசியாக
அவன் வீட்டை
அப்பாவின் தலைவர் கடந்தது
மன்னை மறைந்த பின்னேதான்

இரவு
இரங்கல் கூட்டம்
தோற்றவரோ வென்றவரோ
தனிமொழி பேச வேண்டிய
கட்டம்
இரண்டுமே
ஒன்றுதானோ என்று
தோன்றும் கட்டம்

'மன்னை மாநகரிலே
என்னோடு மேடையிலே
மன்னை வீற்றிருந்த காலங்கள்

ஐயகோ
காற்றோடு போயினவோ
தேற்றவும் ஆளில்லையே
எங்குபோய் நானழுவேன்

'முழுநிலவுக் காலமென்றாலும்
உம்மோடு கதைபேசிக்
களித்த இரவுகள்
எழுஞாயிற்று இரவுகள்
எங்குபோய் நான் பெறுவேன்
அவை இனி

'மூத்தவர் என்றால்
முன்னே சென்றுதான்
ஆக வேண்டும் என்று
விதி இருக்கிறதோ
இளையவருக்கு
வழிவிட்டிருக்கக் கூடாதோ
இளையவன் நான் என்றாலும்
இடைவிடாமல் என்னை
தலைவரே என்றழைத்த மன்னை

'எப்போதும்
என்னை என் நண்பர்கள்
வென்றால் முதல் ஆளாய்
நான்தான் வாழ்த்துவேன்
இதயத் தட்டில் ஏந்தி
புன்னகை பரிசளிப்பேன்
ஆனால் நான் மட்டும்
வெல்ல வேண்டும் என்று
எப்போதும் என் நண்பர்கள்
என்னிடம் தோற்பார்கள்

'சற்றும் எனக்கு
விட்டுக்கொடுக்காமல்
எனக்கு முன்னே போய்
என்னை வென்றுவிட்டீரே மன்னை

தேடி வருவேன் நான் பின்னே'
கரகோஷம் வேண்டி
சற்று நிறுத்தினாரா
இல்லை கரகோஷம்
அவரைச் சற்று நிறுத்தியதா
என்றறிய முடியாத
இடைவெளிக்குப் பின்

'மன்னைக்கு
இனி எப்படி வருவேன்
மன்னையே இல்லையென்றால்'
என்று முடித்தார்
ஒரு மாபெரும்
துயர நாடகத்தை

அவ்வளவு உண்மை இருந்தால்
அவ்வளவு நாடகங்கள்
நடக்கத்தானே செய்யும்

நாடகத்தின் இறுதிக் காட்சி முடிந்து
அப்பாவின் சைக்கிளின்
முன்னே அமர்ந்துகொண்டு வந்த
அந்தக் குழந்தை
சொல்லிக்கொண்டே வந்தான்
'மன்னைக்கு
இனி எப்படி வருவேன்
மன்னையே இல்லையென்றால்'

குறிப்புகள்:

1. **ஞானக்கூத்தன் கவிதை** – திராவிட இயக்கத்தினரின் மேடைப் பேச்சைப் பகடி செய்து கவிஞர் ஞானக்கூத்தன் எழுதிய 'தலைவரார்களேங்' என்று தொடங்கும் 'காலவழுவமைதி' கவிதையைக் காண்க.

2. **மன்னை** – திருவாரூர் மாவட்டத்தில் உள்ள மன்னார்குடியைச் சுருக்கமாக 'மன்னை' என்று அழைப்பார்கள். மன்னார்குடியில் பிறந்து பெரியாரின் திராவிடர் கழகத்தோடும் திமுகவோடும் தன்னைப் பிணைத்துக்கொண்ட முக்கியமான தலைவர் மன்னை ப. நாராயணசாமி (பிறப்பு: 19-10-1919, மறைவு: 17-10-1993). இவரை அன்போடும் சுருக்கமாகவும் மன்னை என்றே அழைப்பார்கள். ஊரின் சுருக்கமும் 'மன்னை'; மன்னையின் முக்கியத் தலைவரின் சுருக்கமும் மன்னை; பாமணி ஆற்றை ஒட்டி இவர் வசித்த தெருவும் இவர் பெயரால் 'மன்னை நகர்'. திமுக அமைச்சரவையில் கூட்டுறவு, விவசாயம், உள்ளாட்சித் துறை அமைச்சராக மன்னை பணியாற்றியிருக்கிறார். திமுகவின் முதல் தலைமுறை தலைவர்கள் அனைவரும் இவர் மீது பெரும் மதிப்பு கொண்டவர்கள். இவரைப் பார்ப்பதற்காக அடிக்கடி மன்னார்குடி வந்து செல்வார்கள்.

3. **திருப்பாற்கடல்** – மன்னை நகரிலிருந்து பாமணியாற்றைக் கடந்து சென்றால் திருப்பாற்கடல் குளம் வரும். அந்தத் தெருவும் திருப்பாற்கடல் தெரு என்று அழைக்கப்படுகிறது. இந்தத் தெருவுக்கு அருகே சில சமயம் அரசியல் கூட்டங்கள் உள்ளிட்ட கூட்டங்கள் நடப்பதுண்டு.

4. **தேரடி** – மன்னார்குடி பெரிய கோயில் என்று அழைக்கப்படும் ராஜகோபாலசுவாமி கோயிலுக்கு அருகே பிரதான சாலையை ஒட்டி அமைந்திருக்கும் திடல். கட்சிக் கூட்டங்கள், தமிழ்நாடு கலை இலக்கியப் பெருமன்றத்தின் கலை இரவுகள், இசை நிகழ்ச்சிகள் போன்றவை நடக்கும் இடம்.

9. ஒளிதான் முதல் நினைவு

ஒளிக்கீற்றில் தூசுகளின் நடனம்
யாருக்குமே தெரியாது
எந்த இசையை அந்தத் துகள்கள்
கேட்கின்றன என்று
நம் ஒவ்வொருவருக்கும் உண்டு
ரகசிய இசை
அதை இசைப்பதற்கு உண்டு
ஒரு ரகசிய இசைக் கலைஞன்

—ரூமி

1. நினைவேற்றல்

ஒளிதான்
அந்தக் குழந்தைக்கு
முதல் நினைவு

சொந்த நினைவா
சொல்லப்பட்ட நினைவா
என்று கேட்க வேண்டாம்

யாருக்காவது
சொந்த நினைவென்று
ஏதும் இருக்கிறதா என்ன

நமக்கு நாமே
நினைவேற்றிக்கொள்ளும்போது
நம்மை நம்பியே
நம்முடன் பிறந்த குழந்தை
வேறு வழியின்றி
மறுபேச்சின்றி நம்பிவிடுகிறது

சொந்த நினைவின்றிப்
பிறந்த குழந்தையை
நாம்
இப்படித் தொடர்ந்து
ஏமாற்றிக்கொண்டுவருகிறோம்

நாம் அதனிருந்து
தொலைவாய்ச் சென்று
வளர்கிறோம்

எவ்வளவு தொலைவெனினும்
ஒளியைவிட விரைவாய்
இருவருக்குமிடையே தகவல்
பாய்கிறது

ஒன்று
இந்த குவாண்டம் பிணைப்பிலிருந்து
இருவரும் அறுபட்டுத் தனித்தனியே
உயிர்வாழ வேண்டும்

இல்லை
தொலைவு அறுபட்டு
இருவரும் ஒன்றாய்
ஒருயிராய் வாழ வேண்டும்

நாம் என்ற
நம் குழந்தை உயிருக்கு
நினைவேற்றவே
வாழ்நாள் முழுக்க
வாழ்ந்துதொலைக்கும் வேதனைக்கு
வாழ்க்கை என்ற பெயருக்கொன்றும்
குறைச்சல் இல்லை

ஒளி
ஒரு சொல்லப்பட்ட நினைவென்றால்
வாழ்க்கை
அதன்மேல் எழுதப்பட்ட கனவாகவே
இருக்கிறது

2. சுவைமிகு தொப்புள்கொடி

அந்தக் குழந்தை பிறந்து
ஐந்தாம் மாதம்
வெறுங்கண்ணில்
யாரும் பார்க்கக் கூடாதென்று
எச்சரிக்கப்பட்ட
விண்ணிகழ்வின் ஒளி[1]

கூரையின் சிறு பொத்தல் வழி
அந்தக் குழந்தையின்
காலைத் தொட்டு
மெதுவாய் ஏறி
குஞ்சாமணியைக் கிச்சுக்கிச்சு மூட்டி
வயிற்றில் ஊர்ந்துசென்று
முகத்தின் மேல் ஏறியபோது
அதுவரை உறங்கிய
அந்தக் குழந்தை
விழித்துக்கொண்டது

முதலில் வாயால் வாயால்
லாவப் பார்த்துப்
பின் கையால் கையால்
பிடித்து
வாய்க்குள் போடப் பார்த்தது

வாயிலிருந்து தப்பித்துக்
கண்ணில் படர்ந்தபோது
ஒளி
தான் புறப்பட்ட இடத்தின்
பொருள் செய்தது அங்கே

அசைவற்றுப் போன
அந்தக் குழந்தை
கண்டுகொண்டது

அதுதான்
அண்டம் தனக்கு அனுப்பிய
ஆதித் தொப்புள்கொடி என்று

அந்தக் குழந்தை கண்டுகொண்டது
அந்தத் தொப்புள்கொடி
சுவைமிகுந்ததென்று
அன்றுதான்
ஒளியூறித் ததும்பும்
உடல் கொண்டது அந்தக் குழந்தை

ஒளி முட்டி
வெளியேறத் ததும்பும்
உடல் கொண்டது அந்தக் குழந்தை
ஓடிக்கொண்டே இருக்கும் ஒளியை
உறைய வைக்கும் சக்தியைத்
தன் உடலுக்குத் தந்தது
எதுவென்று
அன்றிலிருந்து
தேடிக்கொண்டே இருக்கிறது
அந்தக் குழந்தை

3. வெற்றொளி

'பாப்பா
இங்கே வாயேன்
தம்பி எப்படி
சிரிக்கிறான் பாரேன்'
என்று செல்வி
அழைத்ததும்
அடுப்பங்கரையிலிருந்து
ஓடிவந்து பார்க்கிறாள் பாப்பா

'ஏட்டி
இந்தக் கொடுமையைப் பாரேன்
கெரகண ஒளியை
வெறுங்கண்ணால பார்க்கக் கூடாதுன்னு
நேத்துதான் ரேடியாவுல சொன்னாங்க

'ஒளி அப்படி
என்ன சொன்னிச்சுன்னு
இது இப்படி
களுக்கு களுக்குன்னு
சிரிச்சுக்கிட்டுக் கிடக்கு'
என்கிறாள் பாப்பா

ஒளியோடு கதையடிக்கும்போது
அக்கா பேசுவதையோ
பாப்பா பேசுவதையோ
கேட்குமா குழந்தை

இருந்தாலும்
வெற்றொளியில்
அப்படி என்ன சிரிப்பு
வேண்டிக் கிடக்கு
என்று தம்பியையும்
கூரையிலிருந்து வரும்
ஒளிக்கீற்றையும் மாறி மாறிப்
பார்க்கிறாள் செல்வி

4. சிரிப்பொலி

ஒளி சொன்ன சேதி
இன்னும்
காதில் குடைகிறது

சிரித்த சிரிப்பொலியை
ஒளி கொண்டு போய்விட்டது
அது இனிமேல்
ஆப்பிரிக்கக் குடிசையொன்றுள்
படுத்திருக்கும் குழந்தையொன்றுக்கு
கூரை வழியே வந்து
கேட்கலாம்

அம்மா காட்டும்
திறன்பேசி வழியே
நார்வே குழந்தைக்கும் கேட்கலாம்

ஒளியைத் துழாவும்போது
எல்லாக் குழந்தைகளும்
இணைக்கப்படுகின்றன
ஒளி கிச்சுக்கிச்சு மூட்டும்போது
எல்லாக் குழந்தைகளும்
சிரிக்கின்றன
அந்தச் சிரிப்பொலி
எல்லாக் குழந்தைகளின் காதுகளிலும்
எதிரொலிக்கிறது
சிரிப்பொலி கேட்டே
சிரிக்கின்றன குழந்தைகள்
சிரிப்பொளி பார்த்தே
சிரிக்கின்றன குழந்தைகள்

ஒளி
ஒரு சிரிப்பு மட்டுமே

5. எங்கிருந்தாலும் நீ என் பொம்மை

ஒளியை ஒரு குழந்தை
வம்பிழுக்கும்போது
மறுமுனையில் என்ன நடக்கிறது என்று
நமக்குத் தெரியாது
குழந்தைக்குத் தெரியும்

மறுமுனையில் இருக்கும்
எதுவுமே பொம்மைதான்
ஒன்று
தன்னிடம் உடைபட வேண்டும்
இல்லை
உடைபடுவதற்குள்
ஓடிப்போக வேண்டும்

மூன்றாவதாக ஒன்று இருக்கிறது
அது
விளையாடும்போதே
காணாமல் மறையும் பொம்மை
காணாமல் போனாலும்
அது தன்னுடைய பொம்மையாக
இருக்க வேண்டும் என்றுதான்
எச்சிலை அடையாளமிட்டு
அனுப்புகிறது குழந்தை

6. பொன்வளையம்

முற்றிலும் இருள் பொதிய
மொத்த சக்தியும்
விளிம்பில் பிதுங்க
பொன்வளையம் செய்தது
சூரியன்

பொன்வளையம் செய்துவிட்டால்
பரிசுபெற வேண்டாமா

தன் கீழே திரண்டிருக்கும்
பரிசுகளின் மேல்
தூக்கி எறிந்தது

எறிந்தபின்
எல்லையற்றுப்
பிரிபிரியாய்ப்
பிரிந்த வளையங்களுள் ஒன்று
போய் விழுந்த இடம்
தேவங்குடியின்
கீற்றுக் குடிசை
கீற்றின் ஓட்டை
நேர் கீழே குழந்தை

பொன்வளையமே வைத்துக்கொண்டு
வேறு பரிசு தேட வந்தாயோ
என்று கைகால் உதைத்துக்
குழந்தை கெக்கலி கொட்ட

அடுத்த நொடி
முகமெல்லாம் வெளிறிப்போக
எறிந்த வளையங்கள்
தொலைத்துவிட்டு
பதிந்த நிலவைப்
புறந்தள்ளிவிட்டுப்
பொன்னந்தி நோக்கிப்
புறப்பட்டது சூரியன்

7. அணையாத ஈ

தீயின் மேல் வந்து
உட்காரப் பார்க்கிறது
ஒரு ஈ
வெம்மை விரட்டுகிறது
ஒளி ஈர்க்கிறது

இரண்டில் ஒன்றில்லாமல்
போயிருந்தாலும்
அணைந்து போயிருக்கும் ஈ

ஈயை நிம்மதியாக இருக்க
யார் விட்டது

குறிப்புகள்:

விண்ணிகழ்வு – 1980ஆம் ஆண்டு பிப்ரவரி 16ஆம் தேதி நடந்த சூரிய கிரகணத்தை இது குறிக்கிறது. அதுதான் இருபதாம் நூற்றாண்டில் இந்தியாவில் தெரிந்த முதல் முழு சூரிய கிரகணம். இதையொட்டி இந்தியா முழுவதும் பெரும் பரபரப்பும் ஆர்வமும் ஏற்பட்டது. இந்தியாவில் பல்வேறு இடங்களில் இந்த நிகழ்வைக் காண்பதற்கு கிரகண நோக்கு முகாம்கள் அமைக்கப்பட்டன. கூடவே, அறிவியலுக்கும் சோதிடத்துக்கும் இடையே பெரும் விவாதம் அப்போது நடந்தது. கிரகணத்தின்போது உணவு கெட்டுப்போகுமா என்பதை இந்திய தேசிய அறிவியல் நிறுவனம் (Indian National Science Association) ஆராய்ச்சி செய்து, கெட்டுப்போகாது என்ற முடிவுக்கு வந்தனர். கிரகணத்தைப் பார்க்கக் கூடாது, கிரகணத்தின்போது வெளிவரக் கூடாது என்று மரபான நம்பிக்கையாளர்களும், கிரகணத்தைத் தகுந்த கண்ணாடி கொண்டு பார்க்கலாம், கிரகணத்தின்போது வெளியே வரலாம் என்று அறிவியலர்களும் கூறினார்கள். மக்கள் வெளிவருவதைத் தடுப்பதற்காக தூர்தர்ஷனில் ரஜினிகாந்த் படம் ஒளிபரப்பினார்கள் என்றும், பேருந்துகளை ஓட்டத் தயங்கிய ஓட்டுநர்களுக்கு கறுப்புக் கண்ணாடி வழங்கப்பட்டது என்றும் சுவாரசியமான தகவல்களை முதுநிலை விஞ்ஞானி த.வி. வெங்கடேஸ்வரன் கூறுகிறார்.

தேவங்குடி – மன்னார்குடிக்கு அருகில் உள்ள கிராமம்; எழுத்தாளர் தி.ஜானகிராமன் பிறந்த ஊர்.

10. மகமாயி

'அருண கிரண ரூபம்
அக்னி கேசம் கரண்டம்
டமருக தரசூலம்
கபாலம் கட்க ஹஸ்தம்
அனல நயன நாகம்
ஆசனம் பத்ம பீடம்
அகில புவன மாதா
சீதளம் மாரி ரூபம்'

— மாரியம்மன் குறித்து இரத்தின தேசிகர்
இயற்றிய பாடல்[1]

1. கண்காணா தெய்வம்

பிறந்து ஐந்தாம் மாதம்
ஒளியைப் பிடித்துத் தின்ற
குழந்தை அது
தன் பாப்பாவின்
வயிற்றிலிருக்கும்போது
அதை முற்றிலும்
இருளாக்க
நினைத்தார்
ஒரு மருத்துவர்

ரகசியமாய்
அதன் தந்தையை அழைத்த
செவிலி
'டாக்டர்
வீடு கட்டுகிறார்
பணமுடை
உன் குழந்தை இறக்கவில்லை
உன் குழந்தையையும்
மனைவியையும்
காப்பாற்ற வேண்டுமென்றால்
இப்போதே
அழைத்துக்கொண்டு
ஓடிவிடு
என்னைக் காட்டிக்கொடுத்துவிடாதே'
என்றாள்

தெய்வம்
வணங்கியறியா தந்தை
'மகமாயி' என்று

அவள் காலில்
அப்படியே விழுந்தெழுந்து
மனைவியுடன்
தப்பிச்சென்றார்

ஏதோ கணமொன்றின்
கருணை பிதுங்கித்
தோன்றிய தெய்வம்
கருணையின் முடிவில்
காணாமல் போன தெய்வம்
உயிரைக் கண்ட தெய்வம்
உயிர்ப்பித்த தெய்வம்
உயிரில் நிறைந்து
வளர்கிறது

மகமாயி
தன் வெள்ளுடையோடு கரைந்து
உலகின் கருவறை
ஆகிறாள்

அவளைக் காட்டிக்கொடுக்கத்
தேவையே
இல்லை

2. தீனி

கடைத் தெருவில்
பல மாதம் கழித்து
எதிர்ப்பட்டபோது
'என்ன ஆச்சு'
என்று கேட்ட
மருத்துவரை
ஏமாற்ற விரும்பவில்லை
தந்தை

என்ன இருந்தாலும்
ஆறாம் வகுப்பு வரையே
படித்திருந்த தன்னுடன்
ஐந்தாம் வகுப்பில் படித்த
நண்பரல்லவா
'செத்துப்போச்சு'
என்றார்

'நல்லதுதான்'
இல்லைன்னா
அம்மாவைத்
தின்னுருக்கும்'
என்று சொல்லிவிட்டுப்
போய்விட்டார்

கொஞ்ச நாளில்
தூக்கிட்டுத்
தன்னை அவர்
மாய்த்துக்கொண்டபோது
செத்துப்போன குழந்தை
அவரோடு சேர்ந்து
செத்துப்போனது
இருக்கும் குழந்தை
அவரைத் தின்றுகொண்டிருக்கிறது

3. மகாகாசம்[2]

> நன்மையும் தீமையும்
> மனிதனின் இதயத்தில்தான்,
> மகிழ்ச்சியும் துக்கமும்
> நமது அதிர்ஷ்டமும் விதியுமே,
> பொறுப்பை வானகத்துச்
> சக்கரத்தின்மீது சுமத்தாதே,
> பார்க்கப்போனால், நம்மைவிட
> ஆயிரம் மடங்கு நிராதரவானது
> அந்தச் சக்கரம்
>   - ஓமர் கய்யாம் (1048-1131),
>   'ருபாயியத்' நூலிலிருந்து

குடமுருட்டியில் மிதந்து வருகிறது
ஒரு குடம்

குடம்
உடைந்தால்
குடமுருட்டியும்
காணாமல் போய்விடுகிறது

சின்ன உயிரால்
பெரிய உயிருக்கு
எப்போதும்
ஆபத்து

சின்னதைச்
சின்னதென்று பார்க்க வேண்டாம்

பெரியதைப்
பெரியதென்று பார்க்க வேண்டாம்
ஆபத்து மட்டுமே
பெரியது

அதற்குள் ஓடும் குடமுருட்டியும்
அதன்மேல் மிதக்கும் குடமும்
ஒரே அளவு சின்னதுதான்

4. பேரண்டப் பெரும் போட்டி

டாக்டரின் கைகள்
அதற்கு முன்பு
ஒருநாள் அண்ணன்
அதற்கும் முன்பு
குடமுருட்டியில் அப்பா
பின்னாளில்
பாமணியாற்றில் பத்து முறை

தனக்கு ஏன்
இவ்வளவு வாய்ப்புகள்
என்று அவன்
எப்போதும்
எண்ணிப் பார்த்ததுண்டு

ஒரு யுகபுருஷனுக்காகவோ
ஒரு மகாகவிக்காகவோ
வழங்கப்பட்ட
வாய்ப்புகள் இவை இல்லை
என்றும்
நன்கறிவான்

அண்டம்
தோன்றவும்
இருக்கவும்
அழியவும்
வழங்கப்பட்ட
சம அளவு வாய்ப்புகளே
தனக்கும்
ஒவ்வொருவருக்கும்
என்றறிவான்

தோன்றவும்
இருக்கவும்
அழியவும்
இவ்வண்டத்துடன்
போட்டியிடுதல் தவிர
தனக்கு
வேறு வாய்ப்பில்லை
என்றறிவான்

இதேதான்
இவ்வண்டத்துக்கும் தன்னுடன்
என்பது மட்டுமே
இதில் ஒரே ஆறுதல்

5. ஆதி அணுவின் தேதி

அவனுக்குப்
பிறந்த தேதி ஒன்று
சான்றிதழ் தேதி பத்து நாள் கழித்து
நிரந்தரக் கணக்கெண் அட்டையில்
இன்னும் ஒரு நாள் கழித்து
கருக்கொண்ட தேதி
அதற்கும் முந்தைய ஆண்டு
அணுக்கொண்டது
ஆதிவெடிப்பில்
சுமக்கும் தேதிகள்
சுமக்கும் நொடிகள்
கூடிவந்து
உருவும் வந்தபோது
சூழ்ந்த அறையில் கும்மிருட்டு
கும்மிருட்டிலும்
ஓடிக்கொண்டிருந்தது காலம்

வெளியிலும்
ஓடிக்கொண்டிருந்தது காலம்
தலையில் தட்டிக்கொண்டே இருந்தாலும்
நிற்காமல் அலாரம் அடித்துக்கொண்டே
இருக்கிறது
நொடிக்கு நொடி
யார் அலாரம் வைத்திருப்பது
யாரை எழுப்பிவிட்டு

எந்த வேலை பார்க்க வைப்பதற்காக
ஒலித்துக்கொண்டிருக்கிறது
எழுந்துவிட்டவருக்கே
எதற்காக
இந்த நிற்காத அலாரம்

அலாரத்துடன் மல்லுக்கட்டினான்
தூர ஓடப் பார்த்தான்
காதை மூடிக்கொண்டான்
காதுக்குள்ளும்
கிங்கிணி
தீராத வலியைப் பழகிக்கொள்ள
அதையே உற்று நோக்குவதுதான்
ஒரே வழி
என்ற அனுபவத்தில்
அலாரத்தின் மீது கருத்தூன்றினான்
செவியூன்றினான்

இதோ
கொஞ்சம் கொஞ்சமாய் மாற்றம்
தனித்தனியாய்
ஒவ்வொரு நொடிக்குமாய்
பூத்துப் பூத்து ஒலித்த
கிணுக்கொலித் துணுக்குகள்
ஒவ்வொன்றும்
மெதுமெதுவாய்க்
கைகோக்க ஆரம்பித்தன
இறுகக்கோர்த்தன
இறுகக்கோர்த்ததும்
ஒன்றாய் இளகின

ஒரே ரீங்காரம் ஆன பின்
ரீங்காரத்துக்கு
உள்ளேயும் வெளியேயும்
அவனால் பிரித்தறிய
முடியாமல் போனது

கூடிய சீக்கிரம்
தெரிந்துகொள்வான் அவன்
அந்த அலாரம்
அவனை எழுப்பிவிடுவதற்கானது அல்ல
அவன் எடுத்துக்கொண்டு போவதற்கானது
என்று

அப்போதுதான்
தட்ட வேண்டிய சரியான இடத்தில்
தன் தலையில்
தட்டி நிறுத்துவான் அதை
'சீ சனியனே நின்றுவிடு
போய்த்தொலையலாம்'
என்று சொல்லி

6. சுற்றும் முற்று

இதமான அறை
இறுக்கமான அறை

இருப்பது அறைக்குள் என்றாலும்
வேடிக்கை பார்க்க வேண்டாமா என்று
சுற்றுமுற்றும் பார்க்கத் தொடங்கி
பார்த்த பார்வையே
சுற்றையும் முற்றையும்
விரிக்கத் தொடங்கியது

இருப்பது ஒரே அறை
என்று ஒரு குரல் கேட்டது
விரிக்காவிட்டால் அது சிறை
என்று இன்னொரு குரல் கேட்டது

எகத்தாளம் பிடித்தவன் அவன்
அறைக்கு வெளியிலிருந்து வரும்
எந்தக் குரலையும் நம்புவதில்லை

அதனால்
ஒரே சிறையை
விரித்துக்கொண்டிருக்கிறான்
சுற்று
முற்றாகும் வரை

7. நாகம்

காட்டிக்கொடுத்துவிடாதே
என்று
அப்பனிடம் சொன்னாள்
மகமாயி
சொன்ன சொல் மாறாமல்
இருந்துவிட்டுப் போய்ச் சேர்ந்தான்
அப்பன்
மகமாயி அறியாமல்
வளர்ந்தான் பிள்ளை
எனினும்
மகமாயி வந்து வந்து
உடல் முழுதும்
முத்துக்கள் தந்து சென்றாள்

பாப்பா சித்திகள் அத்தைகள்
அக்கம்பக்கத்துக் கிழவிகள்
அன்றாடத் துன்பம் துயருக்கெல்லாம்
'மகமாயி மகமாயி' என்றே
கன்னத்தில் கொட்டிக்கொண்டு
அபயக் குரல் எழுப்ப
அவன் செவிக்குள்
வெறும் சொல்லாய்ப் போய்
ஒட்டிக்கொண்டாள்
'மகமாயி'

மகமாயி உயிர்கொடுத்த கதையை
தன் பாப்பாவிடம்
கேட்டறிந்தபோது
வெறும் சொல்
செவிக்குள் சுருண்டெழுந்து
படமெடுத்தாடியது

'என்னைத் தேடு
என்னையறி'
என்று இடையறாமல்
குரல் கொடுக்கத் தொடங்கியது

செவிக்குள் சுழன்றோடிய ஒலி
உடல் முழுதும் பாய்ந்தது
உடல் உயிர் விரித்தாடியது

உடலொரு மகாமாயம்
உயிரொரு மகமாயி
உடலெல்லாம் ஊரும்
உருவில்லா நாகம்

8. மேரியம்மன்

காலில் விழுந்த அப்பாவைத்
தூக்கிய நர்ஸின் கழுத்தில்
ஆடிய சிலுவை மட்டும்
இன்னும் நினைவில் இருக்கிறது
என்றாள் பாப்பா

அப்போதே
நேர்ந்துகொண்டேன்
மாரியம்மன் கோயிலுக்குச் சென்று
அவள் கழுத்தில் சிலுவை டாலர்
சாத்துவதென்று
புவனத்தையே சுமப்பவள்
சிலுவை சுமக்க மாட்டாளா

அப்படிச் சுமக்கும்போது
அதில் இருக்கும் அவள் பிள்ளை
இளைப்பாற மாட்டானா

அனல் கொங்கைக்காரி நெஞ்சில்
அகிலத்தின் கருணை சுமந்த புத்திரன்
அசைந்தாடும்போது
வெம்மை சுண்டி
சுரக்கட்டும்
அம்மையின் பால்

அதை மீண்டும் அருந்தும் தேவமைந்தன்
கானாவூர் ரசமாய்ப் பெருக்கி
நம் பாவங்களின் மேல்
பொழியட்டும்

9. மகமாயி கதை கேளு

மாரி முத்து மாரி
அவதான்டா மகமாயி

குளுந்த உசுரைப் பொதைச்ச எடத்தில்
கொளுந்துவிட்டு எழும்புவா
தாயி மகமாயி
பாங்கி வந்து நடந்த உடம்பு பூரா
பாதக் கொலுச அவுத்து வுடுவா பாரு
முத்து முத்தா கொட்டுமுடா தம்பி
அந்த முத்தொலிதான் நீ தாங்குவியா தம்பி

ஆத்தா ஆடுற ஆட்டம்
அது ஒன் ஒடம்புல கெளப்புமே சூட்டை
தூக்கித் தூக்கிப் போடுமுடா தம்பி
அந்த ஆட்டம் நீ தாங்குவியா தம்பி
அந்த ஆட்டக்காரி பார்த்ததுண்டா தம்பி

ஆத்தா ஆடுற ஆட்டம்
அண்ட சராசரத்தோட ஓட்டம்
அந்த ஆட்டத்துல கெளம்பிப் பறக்குற
தூசிப் புழுதிதான்டா நீயி
இந்த தூசிக்கெல்லாம் அவதான்டா தாயி

வேகாளக் காரி அவ
வெறுங்கோலமாக்கிடுவா
திரிகாலக் காரி அவ
தெச மடக்கிப் பூட்டிடுவா

ஆத்தா அழிவுக்காரின்னு சொல்லுறியே பாட்டி
ஆனா அவதானே உயிர்கொடுத்தா எனக்குப் பாட்டி
அழிவுக்காரி எப்படி ஆத்தா ஆவா பாட்டி
அப்புடின்னு கேக்குறியா தம்பி

ஆத்தா அழிவுக்காரிதான்டா தம்பி
மகா அழிவுக்காரி ஆனா மகாசோதனைக் காரி

அவ அழிவு ஆட்டம் ஆடி ஆடி
அதத் தாங்கிக் கெடந்து தபாலிச்சா
ஆத்தாதான்டா தம்பி இனி ஒன் காவக்காரி
அவ காவல் தாண்டி வாராது
நோயிநொடம் தும்பமெல்லாம் ஒனைத் தேடி

10. கொக்கரிப்பு

மகமாயி பற்றிப் பேசித்தீரவில்லை
அவருக்குத் தன் மாணவரிடம்
அம்மை வந்து
ஒருத்தர் இறந்தால்
செத்துப் போய்விட்டாரென்று
சொல்லக் கூடாது
குளுந்துபோயிட்டார் என்றுதான்
சொல்வார்கள் என்றார்

குளுந்துபோனவர்களை
எரிக்க மாட்டார்கள்
புதைத்துவிடுவார்கள் என்றார்
வெக்கை தருபவளுக்குப் பேரோ
ஒரு ஊரில் குளுந்தாளம்மன்
இன்னொரு ஊரில் சீதளா தேவி என்றார்

நமக்குத்தான் வைரஸ்
அவர்களுக்கெல்லாம் அது மாரியாயி
மகமாயி என்றார்

காலரா என்றாலோ
காளியாயி என்றார்

மகமாயி நம் ஊர்ப் புறத்து தெய்வம்
வந்துசேர்ந்த தெய்வமெல்லாம்
இப்போது அவள் மேல் ஏறிக்கொண்டுவிட்டது
என்றார்

தெற்குப்படுகை³ வாருங்களேன்
கோரையாறு அய்யனாறு
அரிச்சந்திர நதி முள்ளியாறு என்று
நான்கு ஆற்றுக் காற்றும்
கலந்து வாங்கிக்கொண்டே
இன்னும் நிறைய பேசலாம்
என்று கைபேசியைத் துண்டித்துவிட்டார்
தெற்குப்படுகை
போனபோது தெரிந்தது
உலகம் மட்டுமல்ல
மன்னார்குடியும் கொஞ்சமே கொஞ்சம்தான்
அங்கு எட்டிப்பார்த்திருக்கிறது
என்று

பெரிய ஓட்டுவீட்டின்
வாசலில் காத்திருந்து வரவேற்ற
பேராசிரியர்
அம்மா தம்பி உறவினர்
இருக்கும் ஊர் இது
பூர்வீக வீடு இது என்று சொல்லி
உள்ளே அழைத்துச் சென்று உபசரித்து
ஒரு பழைய அறையைக் காட்டினார்

'இது மகமாயி வீடு
மகமாயி வந்தவங்களைத் தனியே
உட்கார வைக்கும் அறை'

எல்லா ஊர் அம்மன்களின்
விசேஷத்தையும் பற்றிச் சொல்லிவிட்டுக்
கொல்லைக்கு அழைத்துச் சென்றவர்
மேயும் கோழிகளைப் பார்த்தபடி
குந்தியிருந்த பாட்டியைக் காட்டிச்
சொன்னார்

'இவங்கதான் அம்மா
வயசு 92
குழந்தையா இருக்கும்போது

அம்மை போட்டுடுச்சு
ரொம்ப கெடந்துருக்காங்க
தாயே பிள்ளைக்கு ஒன் பேரையே
வைக்கிறோம்
அவளைக் காப்பாத்துன்னு வேண்டிக்கிட்டாங்க'

'அப்போ பாட்டியோடு பேரு'

'மகமாயி'

விலுக்கென்று தலை
பாட்டி பக்கம் திரும்பிக்கொள்ள
அவள் முன்னே நெடுஞ்சாண் கிடையாக
விழுந்து கிடந்த அப்பா எழுந்து
என்னைத் தூக்கிக்கொண்டார்

அவர் கைகளுக்குள் இருந்த நான்
வெருண்டுபோய்
'மகமாயி' என்று கத்திவிட்டு
நிகா வந்த பின்னோ
'பாட்டி' என்று மெதுவாகக்
கூப்பிட்டேன்

'அம்மாவுக்குக் காது கேக்காது
அவங்க மாதிரியே
எங்க குடும்பத்துல
எல்லாருக்கும் காது கொஞ்சம்
சரியா கேக்காதுதான்

'காப்பாத்தும்மான்னு
கதறுன குரலைக் கேட்டவ
நெஞ்செளகிக் காப்பாத்திட்டா

'வந்த தடம் காட்டணும்னு
இவங்க காதுல
தான் பேரை ஓதிட்டு
இனிமே வேறெதையும்

கேக்குற சக்தியை
எடுத்துக்கிட்டா’

மகமாயி இன்னும் என்னை
உணரவில்லை
கோழிகளின் கொக்கரிப்பை
அவருடைய கண்
கேட்டுக்கொண்டிருக்கக் கூடும்

அடைத்த செவிகளுக்குள்
உயிர்தந்தவளின் கொக்கரிப்பும்
கேட்டுக்கொண்டிருக்கக் கூடும்

குறிப்புகள்:

1. சீதளா தேவியும் மேற்கோள் பாடலும்: மகமாயி என்ற மாரியம்மனுக்கு திருவாரூர் தியாகராஜர் கோயிலுக்கு அருகில் ‘சீதளாதேவி மாரியம்மன்’ என்ற கோயில் இருக்கிறது. கோயில் சற்று புதிது என்றாலும் அதன் விக்கிரகம் மிகவும் பழமையானது என்று கூறுகிறார்கள். ‘சீதளா தேவி’ என்றால் ‘குளிர்விக்கும் கடவுள்’ என்று பொருள். வட இந்தியாவில் துர்க்கையின் அவதாரமாகக் கருதப்படும் ‘ஷீத்தலா தேவி’ இங்குள்ள மாரியம்மனுடன் கலக்கப்பட்டிருக்கலாம். மேற்கோள் பாடல் திருவாரூரைச் சேர்ந்த இரத்தின தேசிகர் இயற்றியது என்று கோயில் குருக்கள் ராமமூர்த்தி கூறுகிறார். இது மாரியம்மனின் உருவத் தோற்றத்தைப் பற்றிய பாடல்.

2. மகாகாசம்: இந்து மதத் தத்துவத்தில் குடாகாசம், மகாகாசம் என்று இரு விஷயங்கள் சொல்லப்படுகின்றன. குடாகாசம், அதாவது குடத்தில் உள்ள ஆகாசம் என்பது ஜீவாத்மாவைக் குறிப்பது; மகாகாசம், அதாவது எங்கும் நிறைந்திருக்கும் ஆகாசம் என்பது பரமாத்மாவைக் குறிப்பது.

3. தெற்குப்படுகை: மன்னார்குடி அருகில் உள்ள குக்கிராமம். இந்த கிராமத்தின் அருகில் கோரையாறு, கோரையாற்றிலிருந்து பிரியும் முள்ளியாறு, அய்யனாறு, அரிச்சந்திர நதி என்று நான்கு ஆறுகள் ஓடுகின்றன. அரிச்சந்திர நதிக்குப் புதாறு என்று உள்ளூர்ப் பெயர் ஒன்றும் உண்டு. இதுவும் குடமுருட்டியிலிருந்து பிரியும் புதாறும் வேறு வேறு. அரிச்சந்திர நதி மட்டும் இந்து மத நம்பிக்கையாளர்களால் தீர்த்தம் என்று கருதப்படுகிறது.

11. பஞ்சவர்ணத்தின் பருக்கைகள்

"Family is all"

— Don Hector Salamanca, Breaking Bad

1. முந்தைய பிரபஞ்சத்தின் நினைவு

நினைவை நம்பியே
எழுதத் தொடங்கினேன்

பொய் நினைவோ
அரைநினைவோ
கால்நினைவோ
பிசகிய நினைவோ
மங்கல் நினைவோ
இரவல் நினைவோ
முந்தைய பிரபஞ்சத்தின்
எஞ்சிய நினைவோ
என்று போகப் போக
எனக்கே குழப்பம்

அப்போது
என்முன்
இரண்டு தொலைநோக்கிகள்
இருந்தன

ஒன்று
வெகு தொலைவில் இருக்கும்
எளிதில் புலப்படாத
விண்மீனைப் பார்ப்பதற்கான
தொலைநோக்கி

இன்னொன்று
வெகு தொலைவில் இருக்கும்
எளிதில் புலப்படாத
விண்மீனின் கனவைப் பார்ப்பதற்கான
தொலைநோக்கி

நான் இரண்டாவதைத்
தேர்ந்தெடுத்தேன்
உன் கதையைச் சொல்வதற்குக்
கதையை விடுத்துக்
கவிதையை ஏன் தேர்ந்தெடுத்தாய்
என்று கேட்கும்
நண்பர்களுக்கும்
இரண்டாம் தொலைநோக்கியே
தருவேன்

2. மூதாதையரைத் தேடி...

அப்பா இருந்தபோது
வம்சாவளி வரலாறு ஏதும்
கேட்டதில்லை

அதன் பிறகு நான்
கேட்பவர்களின் நினைவுகள்
திடீரென்று இறுகி
மலையாக முன்னெழுகின்றன

அவற்றில் எனது கூக்குரல் பட்டு
எனக்கே திரும்பிவரும்போது
யாருடையதைப் போலவோ கேட்க
திடுக்கிட்டுப் போகிறேன்
சமணப் படுகைகள் தேடிச் சென்ற
நண்பர்கள் இருவர் நினைவு
வந்தது

ஆய்வின் இடையே
குகைக்குள் தூங்கிக்
குறட்டை விட்ட சத்தம்
குகைக்குள் சுழன்று
பெரிய உறுமலாய்த்
திரும்பிவர
அரண்டு இருவரும்
எழுந்தோடிய கதையைச்
சொல்லிச் சிரித்தார்கள்
ஒருமுறை

மூதாதைமையின் குகை நோக்கி
எழுப்பிய கூக்குரல்
சிங்கக் குரலாய்த்
திரும்பவில்லை

அதனினும் பேரொலியோடு
ஒரு காட்டின் கேவலாய்த்
திரும்பிவந்தது

தொலைவில்
எப்போதோ எங்கோ
ஒரு காடு இருந்திருக்கிறது

3. இல்லாதது

மூதாதையின் முனை காண
தொலைநோக்கி ஒன்றைக்
கையில் எடுத்தேன்

தெரிந்த தூரத்தைக் கொஞ்சம்
முன்னே தள்ளி வைத்தது
அது

புறா ஒன்றின் காலில்
நூல் கட்டிப் பறக்கவிட்டேன்
அத்திசையில்

போய்க்கொண்டே இருந்த புறா
புள்ளியானது
புள்ளிவரை புறாவாக இருந்தது
அதன் பின் வானமானது

கையிலுள்ள நூல் மட்டும்
திடம்
நூலின் மறுமுனையோ
மாயம்

ஆரம்பத்தில்
எந்தப் புள்ளியில் மாயம்
நூலாகியிருக்கும்
இரண்டுக்கும் இடையே
நிகழ்ந்தது என்ன

இதோ
அந்தப் புள்ளி தாண்டி
ஒரு புறா பறக்கும் அதிர்வு
இங்கே அதன் நூலை
இறுகப் பற்றிய கையின்
மணிக்கட்டு நரம்பில்
துடித்துக்கொண்டிருக்கிறது

துடிப்பை வைத்துதான்
இல்லாததையும்
பொல்லாததையும்
அளந்துகொண்டிருக்கிறோம்

4. பருக்கைக் கண்

தட்டிலும் மிச்சம்
தரையிலும் பருக்கைகள்

'ஒங்களுக்கெல்லாம்
சோத்தோட அருமை எங்கே தெரியும்
எங்க ஆயி பஞ்சவர்ணம்
வேலைசெஞ்சு கெடைச்ச
ஒருவேளை சோத்தைத்
தான் திங்காம
கொண்டாந்து கொடுத்து
என் உசுர வளர்த்தா'
என்று தவறாமல்
பாட்டு விடுவார் அப்பா

தட்டின் மிச்சம்
கீழே கிடப்பது எல்லாம்
எடுத்துத் தின்பார்
ஒரு பருக்கை மிச்சமில்லாமல்

திட்டுவாங்க வைத்துவிட்டாளே
பஞ்சவர்ணம்
என்று கோபம்கோபமாய் வரும்
அவனுக்கு

ஆனாலும்
ஆத்தாவுக்குப் பேரன் மீதும்
கொள்ளை ஆசை

பள்ளிவிட்டு வர நேரமானால்
வாசலிலேயே
தவியாய்த் தவித்துக் கிடப்பாள்

'பேரன் வர்றானா
பேரன் வர்றானா'
என்று நச்சரிப்பாள்
வாசல் கடப்பவரையெல்லாம் கேட்டு

ஆறாம் வகுப்பு வரை
தன் பேரனைக் குளிப்பாட்டி
சூத்துக்கழுவியவள் அவள்தான்
என்றாலும்
பாப்பாவாலோ என்னவோ
ஆத்தா சாகும்வரை
அவள் மீது
ஏதோ ஒரு வெறுப்பு

தான் வளர்த்த
தங்கைப் பெண்ணின்
கணவன் சாவுக்கு
வடுவூர் புதுக்கோட்டை சென்றவள்
பூர்வீக வீட்டிலேயே
செத்துப்போனாள்

'இவளுக்கு வந்த சாவப் பாரேன்
யாருக்கும் கிடைக்காத சாவு'
என்று மாய்ந்து மாய்ந்து போனார்கள்
ஊரிலெல்லோரும்

ஆத்தா சாவுக்கு
அழவே இல்லை அவன்
பக்கத்து வீட்டு வாசலில்
பம்பரம் விட்டுக்கொண்டிருந்தான்

மேல்படிப்புக்குச் சென்னை
வந்தபின்
ஆத்தா செத்து
பத்தாண்டுகளுக்குப் பின்
ஏனென்று தெரியாமல்
ஒரு நாள்

அவள் நினைவு வர
'ஆத்தா ஆத்தா' என்றழுதான்
விடிய விடிய

அதன் பின் அவன்
பஞ்சவர்ணத்தை எப்போதும்
பிரிந்ததில்லை

பேரனுக்குத்
திருமணம்
பேரனுக்குப் பிள்ளைகள்
என்று விரிந்துகொண்டே இருக்கிறது
பஞ்சவர்ணத்தின் கருப்பை

அலுவலகம் விட்டு
வீடு வரும்போது
வாசலில் எப்போதும்
அவள் காத்துக்கொண்டே
இருப்பாள்

வீட்டில் பிள்ளைகளுடன் சாப்பிடும்போது
அவர்கள் சிந்தும்போது
அப்பா சொன்ன
ஆத்தாவின் பருக்கைக் கதையைத்
தானும் சொல்கிறான்
பிள்ளைகளுக்குப்
பருக்கையின் அருமையையோ
ஒழுக்கத்தையோ
சொல்லிக்கொடுக்க அல்ல
பஞ்சவர்ணத்தைச் சொல்லிக்கொடுக்க

இனி பருக்கை வழி மட்டும்தானே
பார்க்க முடியும் அவர்களால்
தனக்கென்றொரு புகைப்படமில்லாத
பஞ்சவர்ணத்தை

5. பஞ்சவர்ணம் பார்த்துக்கொண்டிருக்கிறாள்

பஞ்சவர்ணம் பார்த்துக்கொண்டிருக்கிறாள்
மேலிருந்தோ கீழிருந்தோ
உள்ளிருந்தோ
பருக்கையிலிருந்தோ
எதிலிருந்து என்று தெரியவில்லை

ஆனால் நிச்சயம் பார்த்துக்கொண்டிருக்கிறாள்
தன் பேரனின் பிள்ளைகள்
சிதறி ஓடுவதை

'என் பருக்கையெல்லாம்
இப்படிப் பூத்துச் சிரிக்குதே
என் பருக்கையெல்லாம்
கைமொளைச்சுக் கால்மொளைச்சு
எல்லாத் தெசையிலும் ஓடுதே
பார்க்க எனக்குக்
கண்ணு கொள்ளலையே
இன்னும் எறைஞ்சு ஓடுங்கடா
என் ராசாமாருகளா
என் கண்ணுமுட்டத் தின்னுக்குறேன்
ஒங்களையெல்லாம்'
என்று நிச்சயம் மாய்ந்து மாய்ந்து
அரற்றிக்கொண்டிருப்பாள்

பாவம் பஞ்சவர்ணம்
கருப்பையல்ல
பருக்கைதான்
நம்மையெல்லாம் ஈன்றெடுக்கிறது
என்று நம்பியவள் அவள்

6. காவிரி வெறும் நீரல்ல

இறந்த பிறகு
வடுவூர் ஸ்டூடியோவிலிருந்து
வந்து படம் எடுத்தார்கள்

கிழவி உயிரோடு இருப்பதுபோல்
கண்ணை நாங்களே வரைந்துதருகிறோம்
என்றார்கள்
அப்படியே செய்தும்கொடுத்தார்கள்

இப்படியாக எங்கள் தலைமுறையின்
கிராஃபிக்ஸ் தொழில்நுட்பத்தைத்
தன் இறப்பில் தொடங்கிவைத்தாள்
பஞ்சவர்ணம்

எல்லோரும் வெவ்வேறு திசைகளில்
சென்றுவிட
அண்ணன் கட்டிய புதுவீட்டுக்கு
அப்பாவும் பாப்பாவும் சென்றுவிட
பஞ்சவர்ணம் மட்டும்
பாமணியாற்றங்கரைப்
புறம்போக்கு வீட்டிலேயே
படமாகத் தொங்கிக்கொண்டிருந்தாள்

அங்கே குடிவந்த
சித்தப்பாவோ
‘பொணத்தோட படம்
குடும்பத்துக்கு ஆகாது’
என்று தூக்கிப்போட்டார்
வாய்க்காலில்

வெகுநாள் கழித்துதான்
கேள்விப்பட்டார் அப்பா
ஆத்து ஆத்துப் போனார்
தேம்பித் தேம்பி அழுதார்

'படமாவாச்சும்
எல்லாரையும் அந்தக் கெழவி
பாத்துக்கிட்டு இருந்தாளேன்னு
ஒரு ஆறுதல் இருந்துச்சே
அதையும் நாசமாக்கிட்டானே'
என்று புலம்பினார்

அவருக்குத் தெரியவில்லை
பஞ்சவர்ணம்
எப்போதும் பார்த்துக்கொண்டுதான் இருப்பாள்
என்று

ஏனெனில்
அவள் பார்வை
அவள் போய்ச் சேர்ந்த
காவிரியின் பார்வை

காவிரி ஓடுவாள்
வற்றுவாள்
கரைபுரள்வாள்
மணல்புரள்வாள்
ஆனால்
ஒருபோதும் இல்லாமல்
போக மாட்டாள்
பார்க்காமல்
போக மாட்டாள்

காவிரி வெறும் நீரல்ல
காவிரி
ஒரு பார்வை

7. மண்புழு நம் தாத்தா

இதோ இந்த அதிநவீன நகரத்தின்
வழுவழு குளியலறைத் தரைக்கு
எப்படி வந்தது இந்த மண்புழு

பிள்ளை அலறினான்
பயம் வேண்டாம்
மண்புழு விவசாயிகளின் நண்பன்
என்று தன் பிள்ளையிடம் சொன்ன
அவனிடமோ
அவன் தகப்பனிடமோ
கையகலநிலம் கூட கிடையாது

முப்பாட்டன் யார் நிலத்திலோ
உழுதிருக்கலாம்
இதே மண்புழுபோல

அவனை யாரும்
நினைத்திருக்க மாட்டார்கள்
நண்பனாய்

அதனால்
மண்புழு நம் தாத்தா
என்று வாய்தவறிச் சொல்லிவிட்டான்

புரியாமல் அவனையும்
மண்புழுவையும் பார்த்த பிள்ளை
தாத்தா முன்னேயும் நகர்வாரா
பின்னேயும் நகர்வாரா
என்று கேட்டான்

தாத்தா இதோ இவ்வளவு தூரம்
நகர்ந்துவந்திருக்கிறார்
என்று தன் பிள்ளையைத்
தொட்டுச் சொன்னான்

தொட்ட விரலில்
முப்பாட்டனின்
மின்சாரம் பாய
உடல் ஒரு நொடி
உதறிப்போட்டது

8. வயிற்றாய்வு

ஓரிடத்தில் தரித்திரா
வாழ்வு
எங்கே போய்
அகழாய்வு செய்ய

நினைவுகளிலும்
பதிவுகளிலும்
சில தலைமுறைகளுக்கு
முன்பு வரைதான்
சலித்துப்போய்ப்
பாதாளக் கரண்டியை
விழுங்கிக் கயிற்றை மட்டும்
கையில் வைத்துக்கொண்டேன்

வயிற்றில் சற்றுநேரம்
ஆட்டிஆட்டி
அளைந்துவிட்டு
வெகு நேரம் கழித்து
வெடுக்கென்று
இழுத்தேன்

அது இழுத்துக்கொண்டு வந்தது
சகலத்தையும்

ஆவணங்கள்
ஆவணக் காப்பகங்கள்
அகழாய்வுத் தளங்களிலெல்லாம்
கிடைக்காத குப்பைகள்
குவியல் குவியலாய்

கூடவே
கொஞ்சம் வைரவைடூரியங்கள்

எப்போதோ வரப்போகும் எனக்கென்று
அவற்றைக் கொட்டிவைக்க
அவர்களுக்கென்ன பைத்தியமா
அழியா வயிற்றுள்
கொட்டிவைத்த
மூதாதையின் குப்பை
நாட்பட நாட்பட
வைரம் ஆகியே தீரும்

அதற்குத்தான் சொல்வது
எங்கும் கிடைக்காத ஒன்றைத்
தேடுவதற்கு
வயிற்றுக்குள்
குதித்தால் போதும்
என்று

9. தற்காலிக ஆறு

ஒரு சித்திக்கு மட்டும் தெரிந்திருக்கிறது
சோமு
முருகன்
லெட்சுமணன்
என்று மூன்று நான்கு பேர் வரை
ஒப்பிக்கிறாள்

அதன் பிறகு அம்போவென்று
விட்டுவிடுகிறாள்
சோமுவுக்கும்
முருகனுக்கும்
லெட்சுமணனுக்கும்
அப்படித்தான் மூன்று நான்கு பேரை
ஒப்பித்திருப்பார்கள்

அதுவும்
கருமக் காரியங்களின்போது மட்டும்
பரம்பரைக்கு
அம்மாவே கிடையாதா
என்று யாரும் கேட்டதில்லையா

வம்ச வரிசையும்
வம்ச சரித்திரமும்
எழுதிவைக்க
தமக்கு முன் யாரும்
ஆண்டிருப்பார்கள் என்றோ
தமக்குப் பின் யாரும்
ஆள்வார்கள் என்றோ
நினைத்திராதவர்கள்

ஒவ்வொரு தலைமுறையிலும்
அப்பனுக்கும் பிள்ளைக்கும்

நடுவே ஆறாய்
ஓடிக்கொண்டிருப்பார்கள்
அவ்வளவுதான்

அம்மையும் பெண்ணும்
ஓரமாய் நின்று நாணலாய்
சிலுசிலுத்துக்கொள்வார்கள்
அவ்வளவுதான்
ஆற்றுக்கு மூன்றாம் கரையோ
நாலாம் கரையோ
அவர்கள் கட்டியதில்லை

அதனால்தான்
பத்துப் பதினைந்து கரைகள்
கட்டியவர்களைப் பற்றியே
கல்வெட்டுகள் பேசுகின்றன
காவியங்கள் பேசுகின்றன
செவிவழிக் கதைகள் பேசுகின்றன
வரலாறு பேசுகிறது

தற்காலிக ஆற்றில்
குளிப்பவர்கள் யாரும்
அதை
நினைவில் வைத்துக்கொள்வதில்லை

பூத்துப் பூத்து
மறைகின்றன தற்காலிக ஆறுகள்
மறைவதற்குள் முங்கியெழுந்துவிடுகின்றனர்
ஒவ்வொருவரும்

10. நீருக்கு வெளியே நீளும் ஜுவாலைகள்

அப்பாவின்
பழைய தகரப் பெட்டியைத்
துழாவியபோது
ஒரு நோட்டில்
இந்தப் பெயர்கள்

சோமு – பஞ்சவர்ணம்
முருகன் – கோவிந்தம்மாள்
லெட்சுமணன் – காவேரியம்மாள்

இறுதியாய் முட்டி மோதி நின்ற இடம்
காவேரியின் கருவறை

அவள் ஈந்த அண்டம்
பாய்ந்து வந்த
நீரையெல்லாம் வாங்கிக்
குருதியாய்ப் பீய்ச்சியிருக்கிறது

அது எனக்குள்
ஒரேயடியாகக்
கொந்தளிக்கிறது

அது என்னை
அவள் கரையோடு
ஒட்டி இருக்கச் செய்திருக்கிறது
அது
தன்னை எழுதச் செய்திருக்கிறது
என்னை

காவேரியம்மாள்
நீ வெறிகொண்ட மூதாய்
காலத்தைத் தாண்டியும்
நீட்டுகிறாய்

உன் கைகளை
உன்
அண்டக்குழவியை
அடிவயிற்றோடு சேர்த்து
அணைத்துக்கொள்ள

ஒவ்வொரு முறையும்
உனக்குள் அழுத்தி
உயிர்முட்டக் கொஞ்சிவிட்டு
உயிர்போகும் தருணத்தில்
வெளியே எறிந்துவிடுகிறாய்

நீ எனைக் கொஞ்சியபோதெல்லாம்
நீருக்கு வெளியே நீண்ட
கைகளைக் கண்டவர்கள்
என் சாவை மட்டுமே படித்திருப்பார்கள்

எனக்குத்தானே தெரியும்
இடையில் இருந்த
காலத்தையும்
இடத்தையும்
நீருக்குள் வைத்தெரித்த
அம்மைக் கொஞ்சலின்
வெளிநீண்ட ஜுவாலைகள்
அந்தக் கைகளென்று

12. கர்த்தநாதபுரம்

1. புனித சூசையப்பர் தேவாலயம்

கர்த்தநாதபுரத்தின்[1]
புனித சூசையப்பர் தேவாலயம்
தன் இரண்டாம் நூற்றாண்டின்
மழையை வாங்கி
தன் இரண்டாம் நூற்றாண்டின்
வெயிலில் காயப்போடுகிறது

பாமணி ஆறு தாண்டி
356 ஆண்டுகளுக்கு முன்
இங்கொரு மெழுகுவர்த்தி
கொண்டுவந்தார்
ஆன்ரு ப்ரையர்

அதை அழுத்தி நிறுத்திப்
பற்றவைத்தபோது
உச்சிச் சுடர் பாடிய
சிலுவைநாதம் கேட்டவர்கள்
வந்துசேர்ந்தனர் ஒவ்வொருவராய்

இஸ்ரவேலில் எரிந்தாலும்
மன்னார்குடியில் எரிந்தாலும்
ஒரே ஒளிதான் என்று
கண்டுகொண்டவர்கள் அவர்கள்

ஒளிக்கொரு மாடம்
சின்னதாய் ஒரு ஆலயம்
எடுத்துக் கட்டினார்
தந்தை லெகூஸ்த்

ஒளியைப் பெருக்கினார்
தந்தை கிளாடியஸ் பெடின்

அது விரிந்தது
பெரிய சுடராக
புனித சூசையப்பர் தேவாலயமாக

அவரைக்
கர்த்தநாதராக்கியோர்
கர்ந்தநாதபுரமாகிறார்கள்

அது நடந்தது
நூற்று எண்பத்தோரு ஆண்டுகளுக்கு முன்பு
தேவாலயம் நிற்கிறது
இருபுறமும் கை விரித்து நிற்கும்
மாபெரும் சூசையப்பரைப் போல

உலக ரட்சிப்புக்காய்
பிள்ளையை இழந்தவர் அவர்

அவர் குடிலின்
உச்சி சிலுவை
வானைக் கீறுகிறது
கர்த்தமே நாதமாய்
ஒலிக்கிறது

அது அனுதின உணவில்
எங்களுக்குக் கேட்கிறது

கர்த்தம் நாதம் கச்சாமி[2]
சிலுவை நாதம் கச்சாமி
கருணை நாதம் கச்சாமி

2. உலகுக்கெல்லாம் ஒரே கல்லறைத் தோட்டம்

தெருவின் உள்ளே
ஒரு முனையில்
புனித சூசையப்பர் ஆலயம்
தெருவிலிருந்து வெளியேறும்
எதிர் முனையில்
தெருவுக்கென்ற
கல்லறைத் தோட்டம்

நூற்றாண்டுகளாய்
நெருக்கியடித்து
ஒருவர் மேல் ஒருவர்
புதைக்கப்படும்
சிறிய தோட்டம்

ஒவ்வொரு முறையும்
பழைய எலும்புகள் வரவேற்கின்றன
சதைப் பற்றுடன் வந்து சேரும்
புதிய எலும்புகளை

சதையுதிர்த்து
அவற்றைப்
புதிய உலகுக்கு
சகஜப்படுத்துகிறது
புதைத்த இடத்து மண்

வெவ்வேறு காலம்
என்றாலும்
ஒரே தெரு என்பதால்
சுற்றிச் சுற்றி
உறவுமுறைக்குள்தான்
எலும்பனைத்தும்
உள்ளே வளைய வரும்

மறுமுனையிலிருந்து
குருத்தோலை ஞாயிறு அன்று
தேவாலயம் அனுப்பும்
குருத்துகள் அங்கு வந்து
சாமரம் வீசி
உள்ளுக்குள் குமையும் புழுக்கம்
தணிக்கும்

அங்கேயே பிறந்து
அங்கேயே இறந்துபோன
கிறிஸ்தவர்களுக்கும்
எங்கேயோ பிறந்து
அங்கே இறந்துபோன
கிறிஸ்தவர்களுக்கும்
இனி பிறந்து
அங்கே இறக்கப்போகும்
கிறிஸ்தவர்களுக்கும்
அதே இடம்தான்

ஒருவர் பிறக்கும்போது
இருப்புக்கான இடத்தில்
புதிதாய் ஒரு இடம் பூப்பதைப் போல
ஒருவர் இறக்கும்போது
இல்லாமையில்
ஒரு இடம்
பூக்கிறது

பிறந்ததும்
இறந்ததும்
இடம்தானோ
எஞ்சிய எலும்பு
அதன் காலம்தானோ

3. சௌக்கியமா மாப்புள்ளை

இஸ்ரவேலில் பிறந்தாலும்
எங்கள் தெரு ஏசு
பட்டு வேட்டி கட்டியே
சப்பரத்தில் பவனி வருகிறார்
மாசில்லா மரியும் புடவை கட்டி
வழக்கத்தில் இல்லாத
அமர்க்களமாய்
ஊர்வலம் போகிறாள்

சிலுவை தூக்கிப் பாடுபட்டு
ரத்த வேர்வை சிந்தி
தன் பிள்ளை சம்பாதித்துக் கொடுத்த
புதுவேட்டியை நினைத்து
சூசையப்பர்[3] விம்முவதும்
கீழிருந்து பார்த்தாலே
தெரிகிறது

சப்பரம் செல்லும் தெருவிலெல்லாம்
ஒவ்வொரு வீடும்
கடக்கும் ஓரிரு நொடி
தன் பரப்பில் பளிச்சிடும் வெளிச்சத்தில்
ஒலிபெருகிக் கரையும் துண்டுப் பாடலில்
ஒரு விள்ளல் எடுத்து
அப்பம் போல் நாவில் இட்டுக்கொள்கிறது
கர்த்தரின் கருணை கரைந்து
அடிநா தித்திக்கிறது

அப்படியே சப்பரம்
ஊரையே சுற்றிவருகிறது
ராஜகோபாலசுவாமிக்கும்[4]

தூரத்திலிருந்து சிலுவைசுவாமி
கையசைக்கிறார்

‘சௌக்கியமா மாப்பிள்ளை
பார்த்துப்போ
வெட்டுக்குதிரை
வெண்ணெய்த்தாழின்னு
பதினெட்டு நாள் என்னை
பெண்டு நிமித்திட்டாங்க’
என்று அங்கிருந்து
குரல் கொடுக்கிறார் ராஜகோபாலசுவாமி

சுமக்கவே பிரியப்படும்
ஆசாரி மகன்
தான் சுமக்கப்படுவதை விரும்புவானா
நெளிந்துகொண்டுதான்
சப்பரத்தில் நிற்கின்றான்
ஒரே வசதி
மேலே இருப்பது
மூன்று சீடர்கள் முன்
தான் ஒளித் தோற்றம்[5] கொண்ட மலையையும்
பிரசங்கம் நிகழ்த்திய மலையையும்
உயிர்விட்ட கல்வாரியையும்
நினைவுபடுத்துவதுதான்

அம்மா அப்படியல்ல
தன் மகன் சப்பரத்தில் போனால்
யாருக்குத்தான்
பெருமையாக இருக்காது
முக வெளிச்சத்தில்
மன்னார்குடியே
ஜொலிஜொலிக்கிறது

‘ஆயாடி
தெனைக்கும் நமக்கும்தான் பண்ணுறானுவோ
கண்ணப் பறிக்கிற அலங்காரம்
ஆனாலும்

பாழாப் போன
நம்ம வூட்டுக்கார மனுசன்
ஒரு இடமாவா இருக்கான்

'ஒண்ணும் இல்லாம
சிம்பிளா இருக்குற
இந்த அம்மாவுக்குப் பாரேன்
இன்னைக்கு ஒரு நாளு
எவ்வளவு தேஜஸு'
என்று செங்கமலத்தாயார்தான்
கொஞ்சம் கண்வைத்துவிட்டாள்

4. வான் கடிகாரம்

அப்படியே வெகுகாலம்
குளமாய்க் கிடக்கும்
காலத்தில் குத்திச் செருகி
அதைக் கலக்கிவிடுகிறது
புனித சூசையப்பர் தேவாலய
உச்சி சிலுவை

காலத்தில் செருகிய
இந்த நான்கு முனைக் கத்தி
இந்த தேவாலயத்தை
மாபெரும் வான் கடிகாரமாய்
ஆக்கிவிடுகிறது

பிதா சுதன் பரிசுத்த ஆவியின்
மூன்று முனைகளையும்
நொடி நிமிட மணி முட்களாய்க் கொண்டதோடு
காலத்தை வேடிக்கை பார்க்கும்
கர்த்தநாதபுர மக்களையும்
ஒரு முள்ளாகக் கொண்டு
சுற்றுகிறது
அந்தக் கடிகாரம்

5. எல்லோருக்குமான இடம்

இந்த கர்த்தநாதபுரத்தில்
எல்லோருக்கும் இடம் இருக்கிறது

இஸ்ரவேலில் பிறந்த தச்சர் குடும்பத்துக்கும்
அந்தத் தச்சர் குடும்பத்தில் செய்யப்பட்ட
உலகின் மிகச் சிறந்த சிலுவை ஒன்றை
வைப்பதற்கும்
அச்சிலுவையை ஊன்ற வந்த
பிரெஞ்சு தேசத்தவர்
ஆன்ரு ஃப்ரையருக்கும்
சிலுவையின் தீபத்தை விரித்து
ஒளிரச் செய்த இன்னொரு பிரான்சியர்
தந்தை கிளாடியஸ் பெடினுக்கும்
இடம் இருக்கிறது

கூடவே
பக்கத்தில் வடுவூர் புதுக்கோட்டையிலிருந்து
வந்துசேர்ந்த தேசிலு குடும்பத்துக்கும்
இடம் இருக்கிறது
களிமண்ணால் செய்து
தெருவழியே நாங்கள் இழுத்துவந்த
கார்கில் பிள்ளையாருக்கும் இடம் இருக்கிறது
அதை வழிபட்டுத் திருநீறு வாங்கிப் பூசிக்கொண்ட
அத்தெரு கிறிஸ்தவ மக்கள் நெஞ்சில்
எல்லாவற்றையும் விட பெரிய இடம் இருக்கிறது

அத்தனை பேரும்
எங்கிருந்தோ வந்தவர்கள்தான்
எங்கிருந்தோ வந்தவர்களுக்கு
இடம் அளிக்கும் எந்த இடமும்
கர்த்தநாதபுரமாகிவிடுகிறது

6. கர்த்தர் வழியே ஒரு கொண்டலாத்தி

கர்த்தரின் கைகளைப் போல
விரிந்திருக்கிறது
கர்த்தநாதபுரம்

அதன் தொளதொள அங்கிக் கைகளில்
இந்தப் பக்கம் புகுந்து அந்தப் பக்கம்
வெளியேறிய கொண்டலாத்தியொன்று
சொல்லித் திரிகிறது
கர்த்தர் வழியே பறந்த பறவை
நானென்று

கர்த்தரைக் கடந்தபோது
அதன் தலையில்
அவர் சொருகிய குருத்தோலைதான்
இந்த விசிறிக்கொண்டை
அதைச் சுமந்துகொண்டு
ஓசானா பாடிப் பறக்கிறது
அந்தக் கொண்டலாத்தி

7. செல்ல உந்துக ஓசானா!

(இடத்தில் நேராகவும் காலத்தில் முன்னும் பின்னும் பின்னும் முன்னும் என்றெல்லாம் மாறி ஓடும் பாமணி ஆற்றில் ஒரு நாடகம்)

அ.

பாமணியாறு
நீடாமங்கலம் தாண்டும்போது
'கனிமனத்தொடு கண்களும் நீர்மல்கிப்
புனிதனைப் பூவனூரனைப்'[6] போற்றிப்
பதிகம் பாடி
ஓடிவந்து பரிசலில்
ஏறிக்கொள்கிறார்
அப்பர்
அரைக் காதத் தொலைவில்
மன்னார்குடி வந்துவிடும்
அதுவரை அப்பருக்குப் பொழுதுபோக்கு
அப்பன்தானே
பாடிய பதிகத்தை
மீண்டும் மீண்டும் பாடிக்கொண்டே வந்தார்

'ஆதி நாதன் அமரர்க ளர்ச்சிதன்
வேத நாவன்வெற் பின்மடப் பாவையோர்
பாதி யானான் பரந்த பெரும்படைப்
பூத நாதன்தென் பூவனூர் நாதனே'[7]

'ஆஹா
பாட்டு நல்லாருக்கு சாமி
நம்ம பூவனூர் சாமியைப் பத்திப்
பாடியிருக்கீங்களா'
என்று கேட்ட ஓடக்காரனுக்கு

கண்ணை மூடியபடியே
தலையாட்டிய அப்பர்
யாருக்காகவோ மன்னார்குடியில்
ஓடம் ஒதுங்கியபோதுதான்
குலுங்கலில் கண்திறந்தார்

அரைக் காதத் தொலைவைக் கடக்க
ஆயிரம் ஆண்டுகள் ஆனதை
அறியவில்லை அவர்

ஆ.

யாரோ தாடிக்கார இளைஞன்
வேற்றுதேசத்தவன் போலும்
ஏறிக்கொண்டான்
தன் மொழி புரியுமா
என்ற சம்சயத்துடன்
'யாரப்பா நீ குழந்தாய்'
என்று கேட்ட அப்பருக்கு
'புறப்பட்ட இடம் இஸ்ரவேல் சாமி
போய்ச்சேரும் இடம் ஃல்லா இடமும் சாமி'
என்றான் தாடிக்காரன்

'அப்பன்தானே போய்ச்சேரும் இடம் குழந்தாய்'
என்ற அப்பருக்கு
'ஆம் சாமி
பிதாவே அனுப்பிவைத்தார்
பிதாவிடமே போகிறேன்'
என்று சொல்லிவிட்டு
'ஓசானா தாவீதின் புதல்வா
ஓசானா ஓசானா ஓசானா'[8]
என்று ஏதோ ஒரு பாடலை
முணுமுணுத்துக்கொண்டு வந்தான்

அவர்கள் ஊர் சாமிக்கு
யாரோ தன்னைப் போல்

பதிகம் பாடியிருப்பார்கள் போல
அவன் இறங்குவதற்குள்
வாதில் வென்று
சிவன் வழி சேர்க்கலாம்
என்று சிரித்துக்கொண்டார் அப்பர்

அங்கிருந்து கிளம்பிய ஓடம்
கூப்பிடு தூரத்தில்
ஆயிரம் ஆண்டுகள்
பின்னோக்கி
புறப்பட்ட காலத்தின்
ஓரிடம் ஒதுங்கியது

'பூமருவும் குழலாள் உமைநங்கை பொருந்தியிட்ட நல்ல
பாமருவும் குணத்தான் உறைகோயில் பாதாளே'⁹
என்று பாமணியில் பாதாளீச்சரரைப்
பாடிவிட்டு
ஓடிவந்தது ஒரு குழந்தை

இ.

'வாருங்கள்
சம்பந்தர் சுவாமிகளே'
என்று அப்பர் கூப்பிட
வியப்புடனும் ஆசையுடனும்
அந்தக் குழந்தையைத் தூக்கி
ஓடத்தில் உட்காரவைத்தான்
தாடிக்கார இளைஞன்

'அடுத்தது எங்கே சுவாமி'
என்று குழந்தையிடம் கேட்ட அப்பரிடம்
'செறிதரு பொழிலணி திருவுசாத்தானம்
அப்பர் தாத்தா'¹⁰
என்றது குழந்தை
'அதுவரை மூவரும் சேர்ந்து
அப்பருக்கெல்லாம் அப்பனை

அப்பனுக்கெல்லாம் அப்பனைப் பற்றி
ஆற்றுப் பதிகம் பாடலாமே'
என்று அப்பர் சொல்ல
அப்படியே பாட ஆரம்பித்தனர்
மூவரும்

அங்கிருந்து கூப்பிடு தூரத்திலும்
முன்னூறு ஆண்டு பயணத்திலும்
உயர்ந்திருந்த ராஜகோபாலசுவாமி
பெரிய கோயில்
திருக்கோபுரம் தலையசைத்து
ஆற்றுப் பதிகத்துக்குத் தன்
ஆமோதிப்பை வழங்கியது

ஈ.
அப்பதிகம் முடிந்ததும்
எல்லாவற்றையும்
வாய்பிளந்து கேட்டபடி
துடுப்புபோட்டிருந்த
ஓடக்காரனைப் பார்த்துக் கேட்டது
குழந்தை
'ஒரு கரையிலிருந்து
மறுகரைதானே செல்லும் ஓடம்
இந்த ஓடம் ஏன் இப்படி
ஆற்றோட்டத்தில்
ஓடுகிறது'
'அதுவா சாமி
பரம்பொருள் நோக்கி ஓடும் ஓடம்
பரமபிதா நோக்கி ஓடும் ஓடம்
குறுக்கே ஓடாது
நெடுவழி சென்றே சேரும்'
என்று
தன்பாட்டுக்குப்
பாடினான் ஓடக்காரன்

அதன் பின்
நீயாரப்பா
என்று கேட்பார்களா மூவரும்

ஓடக்காரனோ
மூன்று சீடர்கள் முன்னே நிகழ்ந்த
உருமாற்றம்[11] போல்
பேரொளி காட்டினான்
படகை நிறைத்து
ஆற்றை நிறைத்துக்
கடல்திசை
காட்டியது அவ்வொளி
பாடிய பதிகத்தைக்
களவாடிச் சென்றதந்த ஒளி

திருமுறைகளும்
வேதாகமும் தொலைத்த
அப்பதிகம்
நீரோடாத காலத்துப்
பாமணியாற்றின் கிளிஞ்சல்களில்
படிந்திருக்க
எடுத்துப் படித்துப் பார்த்தது
பல நூற்றாண்டுகள் கழித்து வந்த
குழந்தையொன்று

உ.

'ஓடம்விட்டு ஓடிப்போன நீ
ஓடக்காரனில்லையடா
ஓட்டக்காரனடா'
என்று வசைபாடினார் அப்பர்

ஓடக்காரன் இல்லாவிட்டால் என்ன
குழந்தை சம்பந்தருக்குத்தான்
கொள்ளம்புதூர் அனுபவம்
இருக்கிறதே

குழந்தை கண்ணைக் காட்ட
மூவரும் ஒரே குரலில் பாடினார்கள்
'அரசருக்கரசன் வெளிப்பட்ட வாசலே
இருளை நோக்கி ஒளியை வீசிய கூடமே[12]
நெக்கு நெக்கு நினைபவர் நெஞ்சுளே[13]
நின்ற புன்சடை நிமலனை உள்கச்[14]
செல்ல உந்துக சிந்தையார் தொழ
நல்குமாறு அருள் நம்பனே
ஓசானா ஓசானா ஓசானா'
பாடல் உந்த
ஓடம் செல்ல
ஓடம் மீது மூவர்
குருத்தோலை நடனம்

குறிப்புகள்:

1. **கர்த்தாதபுரம்** – மன்னார்குடிக்கு வெளியே பாமணி ஆற்றங்கரையில் இருக்கும் தெரு. இதன் புதிய பெயர் 'மாதாக்கோவில் தெரு'. இங்கு வசிப்பவர்களில் பெரும்பாலானோர் கத்தோலிக்க கிறிஸ்தவர்கள்.

2. **கர்த்தம் நாதம்** – 'புத்தம் சரணம் கச்சாமி' என்ற புத்தரின் மும்மணிகளிலிருந்து உருவாக்கிய வரிகள். 'கர்த்தரின் நாதத்திடம் செல்கிறேன்/ சிலுவையின் நாதத்திடம் செல்கிறேன்/ கருணையின் நாதத்திடம் செல்கிறேன்' என்று இதற்கு பொருள்.

3. சூசையப்பர் விம்முவதும் – இயேசு சிலுவையில் அறையப்பட்டபோது சூசையப்பர் உயிரோடு இல்லை என்றே பலரும் கருதுகிறார்கள். இங்கே கவிதை தற்காலத்தில் நிகழ்வதால் இயேசுவின் சிலுவையேற்றம் பற்றி சூசையப்பர் நினைப்பதாக எழுதப்பட்டிருக்கிறது. அதாவது இயேசு, மரியாள், சூசையப்பர் ஆகிய சொரூபங்கள் தற்காலத்தில் வாழ்கின்றன; கடந்த காலத்தை நினைத்துப் பார்க்கின்றன.

4. ராஜகோபாலசுவாமி – மன்னார்குடி பெரிய கோயிலின் உற்சவர்.

5. ஒளித் தோற்றம் – இயேசுவின் வாழ்க்கையில் முக்கியமான நிகழ்வுகளுள் ஒன்றாகக் கருதப்படுவது. இந்நிகழ்வானது மறுரூபம், உருமாற்றம் (Transfuguration of Jesus Christ) என்றெல்லாம் அழைக்கப்படுகிறது. இதைப் பற்றி மாற்கு (Mark) உள்ளிட்டோர் எழுதிய சுவிசேஷங்களில் காணப்படுகிறது. (மாற்கு 9: 2 & 4 – ஆறுநாளைக்குப் பின்பு, இயேசு பேதுருவையும் யாக்கோபையும் யோவானையும் அழைத்து, உயர்ந்த மலையின்மேல் அவர்களைத் தனியே கூட்டிக்கொண்டுபோய், அவர்களுக்கு முன்பாக மறுரூபமானார்… அப்பொழுது மோசேயும், எலியாவும் இயேசுவுடனே பேசுகிறவர்களாக அவர்களுக்குக் காணப்பட்டார்கள்).

6. கனிமனத்தோடு… – அப்பர் பாடிய திருப்பூவனூர் பதிகத்திலிருந்து, ஐந்தாம் திருமுறை. மன்னார்குடிக்குச் செல்லும் வழியில் நீடாமங்கலத்தை அடுத்து உள்ள ஊர் திருப்பூவனூர். சமீபத்தில் செஸ் ஒலிம்பியாடை முன்னிட்டு இங்குள்ள சதுரங்க வல்லபநாதர் பெரும் புகழ்பெற்றார்.

7. ஆதிநாதன்…– மேலே உள்ள பதிகத்திலிருந்து. இந்த இரண்டு பாடல்களின் பொருள் அறிந்துகொள்ள: https://t.ly/HNpo2

8. ஓசானா – குருத்தோலை ஞாயிறு பாடல். இந்தப் பாடலைக் கேட்க: https://t.ly/sq6v8

9. பூமருவும் குழலாள்…– பாமணியில் பாதாளீச்சரரை சம்பந்தர் பாடிய முதலாம் திருமுறையிலிருந்து. இந்தப் பாடலின் பொருளை அறிந்துகொள்ள: https://t.ly/BCPjv

10. செறிதரு…– மன்னார்குடியிலிருந்து முத்துப்பேட்டை போகும் வழியில் உள்ள திருவுசாத்தானம் என்னும் கோயிலூரில் மந்திரபுரீஸ்வரரைப் பற்றி சம்பந்தர் பாடிய பதிகம், மூன்றாம் திருமுறையிலிருந்து. இந்தப் பாடலின் பொருளை அறிந்துகொள்ள: https://t.ly/VDKEB

11. அரசருக்கரசன் வெளிப்பட்ட…– இத்தாலியைச் சேர்ந்த புனித வெனான்ட்டியஸ் ஃபார்ச்சுனேட்டஸ் (Venantius Fortunatus, கி.பி. 6ஆம் நூற்றாண்டு) இயற்றிய

'ஓ குளோரியோஸா டொமினா' (O Gloriosa Domina) என்ற பாடலிலிருந்து. (மொழிபெயர்ப்பு 'செபமாலை தேவரகசிய தியானம்' என்ற நூலிலிருந்து). முழுப் பாடலையும் படிக்க: https://l1nq.com/TT1BQ

12. நெக்கு நெக்கு...– அப்பர் பாடிய ஐந்தாம் திருமுறையின் பொதுப் பதிகத்திலிருந்து. இந்தப் பாடலின் பொருளை அறிந்துகொள்ள: https://l1nq.com/efPzK

13. நின்ற புன்சடை...– திருக்கொள்ளம்புதூரில் ஆற்றைக் கடப்பதற்கு ஓடம் இருக்க, ஓடக்காரரைக் காணாததால் சம்பந்தர் ஓடத்தில் ஏறி இந்தப் பதிகத்தைப் பாட, ஓடம் தானாகச் சென்று அக்கரைக்கு அவரைச் சேர்த்தது என்பது ஐதீகம். இந்த மூன்று வரிகளும் மூன்றாம் திருமுறையிலிருந்து. இந்தப் பாடலின் பொருளை அறிந்துகொள்ள: https://l1nq.com/g17kJ

13. வெற்றிடத்தின் பாடல்கள்

இயற்கை வெற்றிடத்தை வெறுக்கிறது

– அரிஸ்டாட்டில்

1. பரவசம்

மொக்கைக் கவ்விக் கவ்விப்
பிடித்து வைக்கப்பார்க்கிறது
உள்யோனி

வெற்றிடத்தின் பரவசத்தில்
மின்னலை வீசிவிட்டு
வெளிவந்த குறி
உள்ளே கண்டது
ஏதும் சொல்லவில்லை
வெளியே

வெற்றிடம் இப்போது
என்ன நினைத்துக்கொண்டிருக்கும்
வெற்றிடம் இப்போது
என்ன நினைத்துக்கொண்டிருக்கும்

இதுதான் என்
ஒரே எண்ணம்

2. பால்

வெற்றிடத்தைச்
சாதாரணமாக நினைக்க வேண்டாம்
அதன் உள்ளே எந்தப் பாறை
நுழைந்து பார்த்தாலும்
தனக்கான பாலை
அதிலிருந்து கறந்துவிடும்

3. விரியும் அலை

வெற்றிடத்தில் குதிப்பது எது
வெற்றிடத்திலிருந்து வெளிப்படுவது எது
வெற்றிடத்தை விரிப்பது எது
வெற்றிடத்தைச் சுருக்குவது எது
வெற்றிடத்தின் மையத்திலிருந்து
விரியும் அலையில் மிதப்பது எது
வெற்றிடம் யாருடைய யோசனை
வெற்றிடத்தில் உலவும் செய்தி எது
அதைத் தடவிப் படிக்கும்
விரல்கள் எங்கே

4. விரித்தலும் சுருக்குதலும்

நான் ஒரு வெற்றிடம் ஆகிறேன்
என்று நினைக்கவே
எவ்வளவு ஆனந்தம்
அப்படி இல்லையென்றாலும்

எனக்குத் தெரியும்
இல்லாமல் வேண்டுமானால் ஆகலாம்
ஒருபோதும் வெற்றிடம்
ஆக முடியாது

ஏனெனில்
இருப்பது ஒரே ஒரு வெற்றிடம்
நாமெல்லாம் அதை விரிக்க வந்தவர்கள்
இல்லையெனில்
சுருக்க வந்தவர்கள்

5. தெளிவு

முழு வெற்றிடத்தை
இயற்கை வெறுக்கிறது
என்கிறார்கள்

முழு வெற்றிடமென்று
ஒன்றில்லையென
தெளிவாகச் சொல்லியிருக்கலாம்தான்
ஆனால்
கவிதை தெளிவை வெறுக்கிறது

நான்கூட
தெளிவென்று ஒன்றில்லையென
தெளிவாகச் சொல்லவில்லை பாருங்கள்

இந்தக் குழப்பம்
வெற்றிடம் தோன்றியபோதே
தொடங்கியிருக்கலாம்

6. பெருங்குழப்பம்

தெளிவாக
ஒன்றே ஒன்று சொல்லலாம்
வெற்றிடத்தின் செய்தி
குழப்பம்

குழப்பம் குழப்பம் குழப்பம்
பெருங்குழப்பம் பெருங்குழப்பம் பெருங்குழப்பம்[1]
பேரண்டம்

7. நிற்கிறதா போகிறதா

கைகள்
முன்னே உள்ள
கணினித் திரை
ஜன்னல் வழி தெரியும்
வேப்ப மரம்
பக்கத்து வீடு
எல்லாம் தெரிகின்றன
தெளிவாக

பின் எங்கே வந்தது
தெளிவின்மையும்
அதைப் பெற்றெடுத்த வெற்றிடமும்
என்று கேட்கலாம்

உங்களை
என்னைச்
சுற்றிலும்
உங்களுக்கு
எனக்கு உள்ளேயும்
விரிந்திருக்கும்
வெற்றிடத்தை
அதாவது பூரண வெற்றிடமல்லாத
வெற்றிடத்தை
எல்லைகள் தடுக்காது
என்கிறார்கள்

அதற்கு நீங்களும் நானும்
ஜன்னல்வழி மரமும்

பக்கத்து வீடும்
ஒரு பொருட்டே இல்லை
என்கிறார்கள்

நியூட்ரினோக்களைப் போன்றது அது
ஏதும் தடுக்க முடியாது
என்கிறார்கள்
ஒரே வேறுபாடு
நியூட்ரினோக்கள் செல்கின்றனவா
நின்றுவிடுகின்றனவா
என்று சொல்லிவிட முடியும்
இந்தப் பூரணமற்ற வெற்றிடமோ
நிற்கிறதா செல்கிறதா
என்று சொல்லிவிட முடியாது
என்கிறார்கள்

இரண்டையும் ஒரே நேரத்தில்
செய்யலாம்
போய்க்கொண்டே ஒன்றுக்கு இருப்பதுபோல
அல்லது
போகவும் போகாமல்
ஒன்றுக்கும் இருக்காமல் இருக்கலாம்
என்கிறார்கள்

8. திராணியுள்ள நுண்மை

பூரணமற்ற வெற்றிடத்தை நம்பியே
இவ்வளவு திமிர் கொள்கிறது
நியூட்ரினோ
தடுக்க ஆயிரம் ஆள்படை அம்புகள்
வந்தாலும்
கை விட்டுவிட்டுக் கண்மூடிக்கொண்டு
காலையும் தூக்கிக்கொண்டு
ஊடே
ஹாயாக சைக்கிள் விட்டுச் செல்கிறது

தடுக்கும் திராணியுள்ள
நுண்மையைத் தேடிச் செல்கிறது

கோடானுகோடி தருணங்களில்
ஒரு தருணம்
ஏதோ ஒன்றைத் தட்டி
ஒளி விடும்போதுதான்
நியூட்ரினோ கடந்ததை அறிகிறோம்
அதற்காக மலைகளைக் குடைகிறோம்
துருவ உறைபனிகளைக் குடைகிறோம்
உள்ளே உணர்பொறிகள் புதைக்கிறோம்

அதேபோல்
அதேபோல்
வெற்றிடம் தட்டி
ஒளி விடக் காண வேண்டுமடி குதம்பாய்
எத்தைத் தோண்டி
எத்தைப் புதைத்தால்
வெத்தொளிரக் காண்பேனடி குதம்பாய்

9. நீட்ஷேவின் வெற்றிடம்

பேரரசர் பிரெடெரிக்கின் மரணத்துக்கு
அவர் அறையில்
உருவான பூரண வெற்றிடமும்
ஒரு காரணமாக இருக்கலாம்
என்று யோசிக்கிறான்
உம்பெர்த்தோ எக்கோவின் நாயகன்
பௌதோலீனோ[2]
ஆகவேதான் இயற்கை மட்டுமின்றிக்
கடவுளும் வெறுக்கிறார்
பூரண வெற்றிடத்தை
தன்னை அது கொன்றுவிடுமென்று

நீட்ஷே அப்படித்தான்
ஒரு பூரண வெற்றிடத்தை உருவாக்கித்
தன் கடவுளைக் கொன்றார்

10. தலைக்காவிரி

பூரணமற்ற வெற்றிடத்திலிருந்தே
புறப்படுகிறது காவிரி
இதனால்தான் சொல்கிறேன்
தலைக்காவிரி என்று ஏதும் இல்லையென

பூரண வெற்றிடமென்று
ஒன்று இருந்திருந்தால்
தலைக்காவிரியும் தெளிவாகத் தெரிந்திருக்கும்

காவிரி ஒரு
முனை மழுங்கி

இடையே பார்த்து
இடையே குளித்து
இடையே அதில் கரைந்து
போய்க்கொண்டே இருக்க வேண்டியதுதான்

11.

ஆறு தன் போக்கில்
காலத்தைத் தேய்த்துக்கொண்டே
வந்து கடலைச்
சேரும்போது
அதைக் கருப்பை
ஆக்கிவிடுகிறது

தெளிவாகப் புரிந்துகொள்ளுங்கள்
தோன்றும் இடமல்ல
சேரும் இடமே
கருப்பை

12. அய்யனார்

நான் ஓடிப்போனபோது
எனக்கு இனி
அவன் பிள்ளை இல்லை என்று
ஒரு வாளி தண்ணீர் ஊற்றித்
தலைமுழுகினார் அப்பா

நான் திரும்பி வர வேண்டுமென்று
அய்யனாரை வேண்டிக்கொண்டு
வரும் வழியில்
கிணற்றில் குதித்துவிட்டாள் பாப்பா

கிணறு
அவளை மூழ்க விடவில்லை

வாழாத வாழ்க்கையின் காற்று
அவள் கருப்பையில்
நிறைய அடைத்திருக்கும்போல

'அய்யனாரே
என் உயிரை எடுத்துக்கிட்டு
என் புள்ளையைத் திருப்பிக்கொடு'
என்று கதறியும்கூட
மிதந்திருக்கிறாள்

வெற்றிடத்தைப் போலில்லை
அய்யனார்

வெற்றிடத்தை
வெறுப்பவர் அய்யனார்

யாரும் மூழ்கவில்லை
யாரும் தொலையவில்லை

13. ஒளிதிறப்பு

குடமுருட்டியில்
மிதந்துவரும்
குடாகாசத்தின் வெற்றிடம்
ஒரு கண்

அது வெறித்துப் பார்க்கிறது
மகாகாசத்தின்
வெற்றிடத்தை

மகாகாசத்தின் வெற்றிடமும்
ஒரு பெருங்கண்

அது குடாகாசத்தின்
உள்ளே போய்
விழிக்கிறது

குடாகாசத்தைத் தட்டி
மகாகாசம் உடைந்து
உள்ளும் வெளியும்
திறக்கிறது
வெற்றிடத்தின் ஒளி

குறிப்புகள்

1. பெருங்குழப்பம் – Entropy

2. பௌதோலீனோ – இத்தாலிய நாவலாசிரியர் உம்பெர்த்தோ எக்கோவின் 'Baudolino' நாவல்